ആത്മസംതൃപ്തി

AF529425

INSIGHT PUBLICA ®

Nadakkavu, Kozhikode, Kerala, 673011
www.insightpublica.com
e-mail: insightpublica@gmail.com
Title: Atmasamthripthi
Author: Jayesh James
(Malayalam)
First Edition: February 2023
Book Design: kjvj@insight
Printed and Published by
InsightinPublica Printers & Publishers Pvt. Ltd.
ISBN 978-93-5517-333-1

ആത്മസംതൃപ്തി

ജയേഷ് ജെയിംസ്

INSIGHT PUBLICA ®

ദക്ഷിണേന്ത്യയിലെ കേരളത്തിൽ കൊച്ചിയിൽ ജനിച്ചു. എറണാകുളം Saint Alberts സ്കൂളിലും കോളേജിലും വിദ്യാഭ്യാസം പൂർത്തിയാക്കി.

കൊച്ചിയിൽ ഹോട്ടലുകളിൽ Guest Relation Executive ആയി ജോലി ചെയ്തിട്ടുണ്ട്. കേരളത്തിലെ തിരുവനന്തപുരത്തെ ശിവാനന്ദ യോഗ വേദാന്ത ആശ്രമത്തിൽ നിന്നും യോഗയിൽ ഡിപ്ലോമ.. കൂടാതെ, യോഗാചാര്യൻ ശ്രീ വർഗീസ് വാഴൂരിന്റെ ശിഷ്യനും ആണ്.

കണ്ടംകുളത്തി വൈദ്യശാലയിൽ നിന്നും ആയുർവേദ പഞ്ചകർമ്മ തെറാപ്പിസ്റ്റ് കോഴ്സ് ചെയ്തു. ഇന്ത്യയിലെയും സ്പെയിനിലെയും വിവിധ കേന്ദ്രങ്ങളിൽ പ്രവർത്തിച്ചിട്ടുണ്ട്. കഴിഞ്ഞ 14 വർഷമായി സ്പെയിനിലെ മാഡ്രിഡിൽ താമസിക്കുന്നു. യോഗ,ആയുർവേദ തെറാപ്പിസ്റ്റ് ആയി ജോലി ചെയ്യുന്നു. സ്പാനിഷിൽ 'ഗുരു' എന്ന പുസ്തകം രചിച്ചിട്ടുണ്ട്. സ്പെയിനിലെ പ്രശസ്ത യോഗ ഗുരുക്കൻമാരോടൊപ്പം പ്രവർത്തിച്ചിട്ടുണ്ട്.ചെറുപ്പത്തിലേ വിദ്യാഭാസത്തോടൊപ്പം അച്ഛന്റെ എഞ്ചിനീയറിംഗ് വർക്ക്ഷോപ്പിൽ സഹായിയായി ജോലിചെയ്തിട്ടുണ്ട്.

ജയേഷ് ജെയിംസ്

ജീവിതയാത്രയിൽ ഞാൻ കണ്ടുമുട്ടിയ
എല്ലാവർക്കും,
അപ്പച്ചനും അമ്മച്ചിക്കും,
അപ്പപ്പനും അമ്മൂമ്മയ്ക്കും,
ഗുരുക്കന്മാർ,
എന്റെ ഭാര്യ, മകൾ, സഹോദരന്മാർ,
എന്റെ സുഹൃത്തുക്കൾ, ബന്ധുക്കൾ,
എന്റെ വിദ്യാർത്ഥികൾക്കും,
Insight Publicaക്കും നന്ദി.
പ്രകൃതിക്കും, പ്രപഞ്ചത്തിനും,
ആത്മാക്കൾക്കും നന്ദി.

ഉള്ളടക്കം

മുഖവുര 9

മാനസികസമ്മർദ്ദം 11

എല്ലാം അറിയാം,
പക്ഷേ അറിയേണ്ടത് അറിയുന്നില്ല. 19

സമാധാനം 21

പ്രപഞ്ച നിയമങ്ങൾ 31

ധർമ്മവും കർമ്മവും 39

പ്രശ്നങ്ങൾ 44

നവീകരണം 48

അഹം, അഹംബോധം (ഞാൻ എന്ന ബോധം), അഹങ്കാരം 52

യോഗയുടെ പരിവർത്തനം 58

ഭയം 60

നെഗറ്റീവ് പ്രകമ്പനങ്ങളെ പ്രതിരോധിക്കുക 67

ചിന്താ വചനങ്ങൾ 70

മാതാപിതാക്കൾ ശ്രദ്ധിക്കുവാൻ 80

കുട്ടികളോട് പറയാനുള്ളത് 84

ഒരു സെൻ കഥ: സന്യാസിയും പൂച്ചയും. 86

മുഖവുര

ഈ ലോകത്തിലെ സകല സുഖസൗകര്യങ്ങൾ ഉണ്ടായിട്ടും അനുഭവിച്ചിട്ടും പൂർണ്ണ സംതൃപ്തി കണ്ടെത്താൻ ആവുന്നില്ലെങ്കിൽ പിന്നെ ജീവിതത്തിനു എന്ത് അർത്ഥം. ഇന്ത്യ സന്ദർശിച്ചു മടങ്ങുന്ന വിദേശികൾ എന്നോട് ചോദിക്കാറുള്ള ഒരു ചോദ്യമുണ്ട്, “ഇവിടെത്തെ (യൂറോപ്പ്) കുട്ടികൾ സകല സുഖാസ്വാകര്യങ്ങൾ അനുഭവിച്ചു ജീവിച്ചിട്ടും, ഇന്ത്യയിലുള്ള തെരുവുകളിൽ കഴിയുന്ന കുട്ടികളുടെ മുഖത്ത് കാണാൻ കഴിയുന്ന ആ സന്തോഷവും ചിരിയും എന്തുകൊണ്ട് ഇവിടെത്തെ കുട്ടികളിൽ കാണുവാൻ സാധിക്കുന്നില്ല?”.

ഒരു വലിയ ചിത്രം, അതിന്റെ ഭംഗി ശരിക്കും ആസ്വദിക്കണമെങ്കിൽ, നമ്മൾ കുറച്ചു അകലെ നിന്ന് വേണം അത് വീക്ഷിക്കാൻ, അല്ലെ. അത് പോലെ ഞാൻ ഇന്ത്യയിൽ നിന്നും മാറി നിന്ന് ഇന്ത്യയെ, പ്രത്യകിച്ചും കേരളത്തെ വീക്ഷിക്കാൻ തുടങ്ങിയപ്പോൾ ആണ് നമ്മുടെ നാട്, എന്താണ്, എങ്ങനെ ആണ് എന്ന് എനിക്ക് വ്യക്തമായത്. ഞാൻ മനസിലാക്കിയ ചില കാര്യങ്ങൾ നിങ്ങളോട് പങ്കുവെക്കണം എന്ന് തോന്നി,.

ഈ കഴിഞ്ഞ 14 വർഷകാലം ഞാൻ ഇവിടെ സ്പെയിനിൽ തെറാപ്പിസ്റ്റ് ആയിട്ടു ജോലി ചെയ്തപ്പോൾ ലഭിച്ച അനുഭവങ്ങളുടെ അടിസ്ഥാനത്തിൽ, നല്ല ഒരു ശതമാനം ആളുകളും മാനസികസമ്മർദവും വിഷാദരോഗവും നേരിടുന്നവരാണ് എന്ന വലിയ സത്യം അറിയാൻ കഴിഞ്ഞു.

വിദേശ ജീവിതരീതികളിലേക്ക് മാറിക്കൊണ്ടിരിക്കുന്ന ഇന്നത്തെ നമ്മുടെ മലയാളി സമൂഹത്തിൽ ഈ പറഞ്ഞ അവസ്ഥ, പ്രത്യേകിച്ച്

യുവാക്കളിൽ ആഴത്തിൽ വേരുറച്ചു കഴിഞ്ഞു എന്നുള്ളത് വളരെ സങ്കടകരമായ ഒരു സത്യമാണ്.

യോഗയിലൂടെയും ധ്യാനത്തിലൂടെയും പോസിറ്റീവ് ചിന്തകളിലൂടെയും നമ്മൾക്ക് ദൈനംദിന ജീവിതത്തിൽ എങ്ങനെ സമാധാനപരമായ ഒരു ജീവിതം നയിക്കാം, അതിലൂടെ എങ്ങനെ ആത്മസംതൃപ്തി കൈവരിക്കാം എന്നതാണ് ഞാൻ ഈ പുസ്തകം കൊണ്ട് ഉദ്ദേശിക്കുന്നത്.

എന്റെ അനുഭവങ്ങളും ചിന്തകളും കാഴ്ചപ്പാടുകളും ഞാൻ ഇതാ നിങ്ങളുമായി പങ്കുവെക്കുന്നു. ഒരു പക്ഷേ ഈ പുസ്തകത്തിലെ ചില കാര്യങ്ങൾ നിങ്ങളെ ദേഷ്യം പിടിപ്പിക്കുകയോ, അരോചകമോ ആയി തോന്നുകയോ ചെയ്തേക്കാം. ഇതിൽ എഴുതിയിരിക്കുന്നതെല്ലാം സത്യമാണ്, സത്യം പലപ്പോഴും വളരെ കഠിനമാണ്, കാരണം നമ്മൾ നുണകളാലും, അസ്വാഭാവികമായ ജീവിതരീതികളാലും ശീലിക്കപ്പെട്ടിരിക്കുന്നു. പെട്ടെന്ന് ആരെങ്കിലും നിങ്ങളോട് സത്യം തുറന്നു പറയുമ്പോൾ, നിങ്ങൾക്ക് വിഷമം തോന്നുന്നു.

ഉദാഹരണത്തിന്, നമ്മൾ ദിവസവും കണ്ടുമുട്ടുന്ന ആളുകളിൽ എത്രപേർ ആത്മാർത്ഥമായി നിങ്ങളെ നോക്കി പുഞ്ചിരിക്കുന്നു, സംസാരിക്കുന്നു?.. എല്ലാം ഒരു അഭിനയം പോലെ തോന്നാറില്ലേ?

ചരിത്രം പരിശോധിച്ചാൽ നമുക്ക് കാണുവാൻ സാധിക്കും, സത്യത്തിനു വേണ്ടി പോരാടിയവരിൽ ഏതാണ്ടെല്ലാവർക്കും സ്വന്തം ജീവൻ ബലിയർപ്പിക്കേണ്ടതായി വന്നിട്ടുണ്ട്. സമൂഹം ആദ്യം അവരെ ഭ്രാന്തൻ എന്ന് വിളിക്കുന്നു, കല്ലെറിയുന്നു, അവസാനം കൊല്ലുന്നു... പിന്നീട് അവർ മരിച്ചതിന് ശേഷം അവരുടെ ഒരു വലിയ പ്രതിമ ഉണ്ടാക്കി "അയാൾ പറഞ്ഞത് ശരിയായിരുന്നു" എന്ന് പറയുന്നു.

ഈ പുസ്തകം നിങ്ങളുടെ മനസ്സിന് ഒരു വാക്സിൻ ആയിരിക്കും.

ഈ പുസ്തകം ഒരു യാത്രയാണ്. നിങ്ങളുടെ ആന്തരികതയിലേക്കുള്ള യാത്ര, നിങ്ങൾ തയ്യാറാണോ... എങ്കിൽ നമുക്ക് യാത്ര ആരംഭിക്കാം.

മാനസികസമ്മർദ്ദം

നമ്മളുടെ ദൈനംദിന ജീവിതത്തിൽ മാനസികസമ്മർദ്ദം നിയന്ത്രിക്കുന്നതിനുള്ള ചില മാർഗ്ഗനിർദ്ദേശങ്ങൾ ഞാൻ ഇവിടെ നിങ്ങളുമായി പങ്കുവെക്കുന്നു.

കഴിഞ്ഞ കുറെ വർഷങ്ങളായി ഞാൻ ഇത് സ്വയം പരിശീലിക്കുന്നു. ആദ്യമൊക്കെ അൽപ്പം ബുദ്ധിമുട്ടായിരിക്കും, പിന്നീട് അത് ഒരു ശീലമായിക്കൊള്ളും.

നമ്മൾ രാവിലെ എഴുന്നേൽക്കുമ്പോൾ കിടക്കയിൽ നിന്നും പെട്ടന്നു ധൃതിപിടിച്ചു എഴുന്നേൽക്കാതെ, അല്പനേരം കട്ടിലിൽ തന്നെ ഇരിക്കുക, (ശശാങ്കാസനത്തിൽ ഇരിക്കാൻ സാധിക്കുമെങ്കിൽ നല്ലത്). പ്രപഞ്ചത്തിനും ജീവിതത്തിനും നന്ദി പറയുക, തുടർന്ന് നമ്മൾ മനസ്സിൽ അന്നത്തെ ദിവസം ആസൂത്രണം ചെയ്യുന്നു, ഇന്ന് ചെയ്യേണ്ട കാര്യങ്ങൾ, മനസ്സിൽ തയ്യാറാക്കിവെക്കുക.

അടുത്തതായി, ഒരു വിവരം കൂടി ചേർക്കുന്നു: “ഇതാണ് എന്റെ ഇന്നത്തെ പ്ലാൻ, പക്ഷേ ജീവിതം ഒരു സർപ്രൈസ് ആണ്, എന്തും സംഭവിക്കാം, ഒരുപക്ഷേ ഇന്ന് ഞാൻ ആസൂത്രണം ചെയ്ത എല്ലാ കാര്യങ്ങളും എനിക്ക് ചെയ്യാൻ കഴിഞ്ഞെന്നു വരില്ല, ചിലപ്പോ ഞാൻ വിചാരിച്ച പോലെ തന്നെ കാര്യങ്ങൾ സംഭവിക്കണം എന്നും ഇല്ല. വിഷമിക്കേണ്ട, ലോകം ഇന്ന് അവസാനിക്കുന്നില്ല, ഞാൻ നിരാശനായത് കൊണ്ടോ ദേഷ്യപ്പെട്ടതുകൊണ്ടോ ഒന്നും നേടുവാൻ പോകുന്നില്ല.” എന്ന് സ്വയം മനസ്സിൽ പറയുക.

ഇങ്ങനെ ഈ സന്ദേശം നമ്മൾ രാവിലെ തന്നെ മനസ്സിൽ ചേർക്കുമ്പോൾ, അത് അവിടെ തന്നെ നിലനിൽക്കും, കാരണം പ്രഭാതത്തിൽ നമ്മുടെ മനസ്സ് നല്ല നിലം പോലെയാണ്, നമ്മൾ നട്ടുവളർത്തുന്നതെല്ലാം, അത് ശക്തമായി വേരുറപ്പിക്കും. (അതുകൊണ്ടാണ് വിദ്യാർത്ഥികൾ അതിരാവിലെ എഴുന്നേറ്റ് പഠിക്കാൻ ശുപാർശ ചെയ്യുന്നത്.)

പിന്നീട്, നിങ്ങളുടെ പദ്ധതിക്ക് വിരുദ്ധമായി എന്തെങ്കിലും സംഭവിക്കുകയാണെങ്കിൽ, ഈ വിവരങ്ങൾ കൃത്യസമയത്ത് കുതിച്ച് ഉയർന്ന് നിങ്ങളുടെ മനസിനെ ശാന്തമാക്കാൻ സഹായിക്കുന്നു. അതിനാൽ നിങ്ങൾക്ക് ആ സന്ദർഭത്തിൽ പിരിമുറുക്കമോ ദേഷ്യമോ, നിരാശയോ ഉണ്ടാകില്ല.

ഒരുപക്ഷേ ഇപ്പോൾ നിങ്ങൾ ചിന്തിക്കുന്നുണ്ടാവും, ഞാൻ ഈ പറയുന്നത് നെഗറ്റീവ് ചിന്താരീതി അല്ലെ എന്ന്. വേണമെങ്കിൽ നമുക്ക് ഇതിനെ അങ്ങനെ പറയാം, പക്ഷേ സത്യത്തിൽ, അത്, ആ ഒരു സാഹചര്യത്തിൽ സംഭവിക്കാവുന്ന മറ്റൊരു സാധ്യതയെ നമ്മൾ മുൻകൂട്ടി കാണുന്നു, അത്രയുള്ളൂ.

ഉദാഹരണത്തിന്: ഒരു ബാറ്ററി പ്രവർത്തിക്കുന്നത് പോസിറ്റീവ് കൊണ്ട് മാത്രമല്ലല്ലോ, നെഗറ്റീവും അത്യാവിശ്യമില്ലേ, ഒരു രാത്രിക്കു ഒരു പകൽ ഇല്ലെ, അത് പോലെ... നെഗറ്റീവ് ചിന്തകളും നമ്മൾക്കു ആവിശ്യമാണ്, പക്ഷേ നെഗറ്റീവ് ചിന്തകൾ പോസിറ്റീവ് ചിന്തയെ മറികടന്നു നമ്മളിൽ ആധിപത്യം സ്ഥാപിക്കുമ്പോൾ ആണ് കുഴപ്പങ്ങൾ ഉണ്ടാവുന്നത്. അതുകൊണ്ടാണ് മനസിന്റെ തുല്യാവസ്ഥ മനസികാരോഗ്യത്തിന്റെ അടിത്തറ ആയി കണക്കാക്കപ്പെടുന്നത്. പരീക്ഷ റിസൾട്ടുകൾ വരുമ്പോൾ ചില കുട്ടികൾ നിരാശരാകുന്നത്, അത് മൂലം അവിവേകം കാട്ടി കൂട്ടുന്നതെല്ലാം നമ്മൾ പലതവണ വാർത്തകളിൽ കണ്ടിട്ടുള്ളതാണ്. അതെല്ലാം ഒരു പരിധിവരെ അമിതമായ പോസിറ്റീവ് ചിന്തയുടെയും അമിത പ്രതീക്ഷയുടെയും പ്രത്യാഘാതം ആണ്. അതുകൊണ്ടു ചിന്തകളുടെ തുല്യാവസ്ഥ വളരെ വളരെ പ്രധാനപെട്ടതാണ്. 'അധികമായാൽ അമൃതും വിഷം' എന്ന് പറയുമ്പോലെ. ചുരുക്കം പറഞ്ഞാൽ, പോസിറ്റീവും നെഗറ്റീവും ചിന്തകൾ നമ്മളുടെ മനസ്സിൽ ഉണ്ടെങ്കിൽ പോലും, നമ്മളുടെ ശ്രദ്ധ കേന്ദ്രീകരിക്കേണ്ടത് പോസിറ്റീവ് ചിന്തകളിൽ മാത്രമായിരിക്കണം.

ഒരുപക്ഷേ നിങ്ങൾക്ക് വലിയ വലിയ ആഗ്രഹങ്ങളും സ്വപ്നങ്ങളും ഉണ്ടായിരിക്കാം, അത് വളരെ നല്ലതാണ്. പക്ഷേ പ്രതീക്ഷകൾ... , അതിനു നമ്മൾ കടിഞ്ഞാൺ ഇട്ടിരിക്കേണ്ടതാണ്. ഇല്ലെങ്കിൽ നമ്മൾ നിരാശയുടെ പടുകുഴിയിലേക്ക് തെന്നി വീണേക്കാം.

ചില സമയങ്ങളിൽ, ട്രാഫിക് കുരുക്ക് കാരണം, നമ്മൾ കൃത്യസമയത്ത് എത്തിച്ചേരാൻ സാധിക്കുന്നില്ല, നമ്മൾ ബ്ലോക്കിൽ കുടുങ്ങി കിടക്കുന്നു, നമുക്ക് ദേഷ്യം വരാൻ തുടങ്ങും, മറ്റുള്ളവരോട്, കുട്ടികളോട്, നമ്മുടെ പങ്കാളിയോട് കയർക്കാൻ തുടങ്ങും... ശരിയെല്ലേ?.. അതിൽ യാതൊരു അർത്ഥമുണ്ടെന്ന് ഞാൻ കരുതുന്നില്ല. നമ്മൾ ഇങ്ങനെ ഒരു സാഹചര്യം മുൻകൂട്ടി കാണേണ്ടതായിരുന്നു, നമ്മൾ എടുക്കുന്ന തീരുമാനങ്ങൾ തൊടുത്തുവിട്ട അസ്ത്രം പോലെയാണ്, തിരിച്ചു എടുക്കാൻ സാധിച്ചെന്നു വരില്ല. പക്ഷേ അതിനു പ്രതിവിധികൾ കണ്ടെത്താൻ സാധിക്കും. ആദ്യം ആ പ്രതികൂല സാഹചര്യത്തെ നമ്മളുടെ മനസ് കൊണ്ട് സ്വീകരിക്കുക, എന്നിട്ട സമാധാനമായിട്ട അതിനുള്ള പ്രതിവിധി കണ്ടെത്തുക. അല്ലാതെ മറ്റുള്ളവരോട് ദേഷ്യപ്പെട്ടത് കൊണ്ട് നഷ്ടമാകുന്നത് നമ്മുടെ ജീവിതത്തിലെ ഓരോ നിമിഷങ്ങളാണ്, അതെ നാം ആസ്വദിക്കേണ്ട നിമിഷങ്ങൾ.

നമ്മൾക്ക് ട്രാഫിക് ബ്ലോക്കിലേക്ക് തിരിച്ചു വരാം, ഈ ഒരു സാഹചര്യത്തിൽ നാം എത്തിച്ചേരാൻ വൈകും എന്ന് ഫോണിലൂടെ അറിയിക്കുന്നു. എന്നിട്ട ശാന്തമായി കാറിൽ ഇരിക്കുന്ന കുടുംബതോടൊപ്പം ഇഷ്ടമുള്ള പാട്ടുകൾ കേൾക്കുകയോ, തമാശകൾ പറയുകയോ, അന്താക്ഷരി കളിക്കുകയോ ചെയ്യുന്നു. അല്ലാതെ ഇരുപത്തിയഞ്ചു തവണ വാച്ചിലേക്ക് നോക്കിയത് കൊണ്ടോ, പിറുപിറുത്തതു കൊണ്ടോ, മറ്റുള്ളവരെ പഴിചാരിയത് കൊണ്ടോ ഒരു കാര്യവും ഇല്ല.

മറ്റൊരു ഉദാഹരണം: നമ്മൾ ഒരു ബോട്ടിൽ യാത്ര ചെയ്യുകയാണ്, മറുകരയിൽ വേഗം എത്തി ചേരാൻ, ഞാൻ ബോട്ടിൽ ഉലാത്തുകയാണ്, എന്ത് അർത്ഥമാണ് ഉള്ളത്. ബോട്ട് അതിന്റെ സമയത്തെ എത്തിച്ചേരുകയുള്ളൂ, അവിടെ ഇരുന്നു കൊണ്ട് നിങ്ങൾക്കു എന്തെങ്കിലും ചെയ്യുവാൻ സാധിക്കുമോ എന്ന് ചിന്തിക്കുക, സാധ്യമായത് ചെയ്യുക, ഒന്നും ഇല്ലെങ്കിൽ, ഒരു പുസ്തകം എടുത്തു വായിക്കുക. അല്ലെങ്കിൽ പ്രകൃതി സൗന്ദര്യം ആസ്വദിക്കുക.

മാറിക്കൊണ്ടിരിക്കുന്ന പുതിയ ജീവിതരീതിയിൽ, നമ്മൾ യാന്ത്രിവും എല്ലാം മുൻകൂട്ടി നിശ്ചയിച്ച പ്രോഗ്രാം ചെയ്തതുമായ ജീവിതമാണ് നയിക്കുന്നതെന്നുള്ള സത്യം അറിയേണ്ടത് വളരെ പ്രധാനമാണ്. ആ പ്രോഗ്രാം ചെയ്തത് കൂടാതെ അപ്രതീക്ഷിതമായി എന്തെങ്കിലും സംഭവിക്കുകയാണെങ്കിൽ, ആ സാഹചര്യം എങ്ങനെ കൈകാര്യം ചെയ്യണമെന്ന് നമ്മൾക്ക് അറിയില്ല.

യോഗ പരിശീലിക്കുന്നതിലൂടെ പ്രശ്നങ്ങളെ നേരായ രീതിയിൽ നേരിടാൻ നാം പഠിക്കുന്നു, മനസിന്റെ അടിത്തട്ടിലേക്ക് ഇറങ്ങിച്ചെന്നു പ്രശ്നങ്ങളുടെ ഉത്ഭവം, അവയുടെ വേരുകൾ തേടുന്നു.

ഉദാഹരണത്തിന്: നമുക്ക് ഒന്ന് തിരിഞ്ഞു നോക്കാം, നമ്മൾ കുട്ടികളായിരിക്കുമ്പോൾ നമ്മളുടെ മനസ്സിൽ കടന്നുകൂടിയ തെറ്റായ കുറെ വിവരങ്ങൾ. അതിൽ ഒന്ന്. അസ്വാഭാവികമായ എന്തെങ്കിലും സംഭവിക്കുമ്പോൾ, നമുക്ക് സമ്മർദ്ദം ചെലുത്തേണ്ടിവരും, സമ്മർദ്ദത്തിലാകുമ്പോൾ, നമുക്ക് പരിഭ്രാന്തരാകേണ്ടിവരും, പരിഭ്രാന്തരാകുമ്പോൾ നമുക്ക് ദേഷ്യം വരണം, ദേഷ്യം വരുമ്പോൾ നമുക്ക് മറ്റുള്ളവരോട് കയർക്കണം. കുട്ടിക്കാലം മുതൽ നമ്മൾ പഠിച്ചതാണ് ഈ സിദ്ധാന്തം, നാം കണ്ടും കേട്ടും വളർന്നത് അങ്ങനെയാണ്, അത് നമ്മുടെ മാതാപിതാക്കളാണ് നമ്മെ പഠിപ്പിച്ചതെന്ന് നമുക്ക് മനസ്സിലാകും. അത് നമ്മൾ നമ്മുടെ ജീവിതത്തിലും നാം അറിയാതെ തന്നെ തുടർന്നു പോയികൊണ്ടിരിക്കുന്നു, ഫലമോ... നമ്മളുടെ ചുറ്റുമുള്ളവർ നമ്മളുടെ ഈ പെരുമാറ്റം കാരണം ബുദ്ധിമുട്ടുന്നു. അവധി ദിവസം കുടുംബവും ഒത്തു ഒന്ന് പുറത്തേക്ക് പോകുമ്പോൾ, അല്ലെങ്കിൽ ഒരു യാത്ര പുറപ്പെടുമ്പോൾ എല്ലാം ഈ ഒരു അവസ്ഥ നമ്മിൽ പ്രകടമാകുന്നു. പക്ഷേ നമ്മൾ അതിനെ കുറിച്ച് ബോധവാന്മാരല്ല എന്നുള്ളതാണ് സത്യം. കാരണം അത് നമ്മൾക്ക് ശീലമായി കഴിഞ്ഞിരിക്കുന്നു.

ഞാൻ മുൻപ് സൂചിപ്പിച്ചത് പോലെ ഈ ഒരു പെരുമാറ്റം കൊണ്ട് നമുക്ക് നഷ്ടമാകുന്നത് നമ്മുടെ ജീവിതത്തിലെ വിലയേറിയ നിമിഷങ്ങൾ ആണ്. അതെ, നാം സന്തോഷത്തോടെയും സമാധാനത്തോടെയും കഴിയേണ്ട ആ നിമിഷങ്ങൾ, ഒരിക്കലും വീണ്ടെടുക്കാൻ കഴിയാത്ത ആ മുഹൂർത്തങ്ങൾ.

ഇതിനെല്ലാം കാരണം നമ്മുടെ മനസിന്റെ അടിത്തട്ടിൽ കിടക്കുന്ന തെറ്റായ വിവരങ്ങൾ ആണ്.

ഇപ്പോൾ നമ്മൾ ചെയ്യേണ്ടത് ആ വിവരങ്ങൾ തിരുത്തുക എന്നതാണ്.

ഒന്നാമതായി, മാനസികസമ്മർദ്ദമില്ലാതെ തന്നെ നമുക്ക് കാര്യങ്ങൾ ചെയ്യാൻ സാധിക്കും എന്ന് മനസിലാക്കുക.

രണ്ടാമതായി, നമ്മൾ മനുഷ്യരാണ്, ഇനി അഥവാ സമ്മർദ്ദം ഉണ്ടായാൽ തന്നെ പരിഭ്രാന്തരാകാതിരിക്കാൻ ശ്രമിക്കാം.

മൂന്നാമതായി, നമുക്ക് അസ്വസ്ഥതയോ പരിഭ്രാന്തിയുണ്ടെങ്കിൽ, ദേഷ്യപ്പെടാതിരിക്കാൻ ശ്രമിക്കാം,

നാലാമതായി; എന്നിട്ടും ദേഷ്യം വരുകയാണെങ്കിൽ, നാം ആദ്യം ചെയ്യേണ്ടത് താൻ ദേഷ്യത്തിൽ ആണ് എന്നുള്ള പൂർണ്ണ ബോധം ഉണ്ടായിരിക്കുക. ആ ദേഷ്യം മറ്റുള്ളരെ ശകാരിക്കുവാനും, ചീത്തവിളിക്കുവാനും ചിലപ്പോൾ അക്രമാസക്തനാകുവാനും സാധ്യത ഉണ്ട് എന്ന് സ്വയം മനസിലാക്കി, കുറച്ച നേരത്തേക്കെങ്കിലും മാറി നിൽക്കുകയും, ചിന്തകളെ ആഴത്തിലുള്ള ശ്വസനത്തിന്റെയും പോസിറ്റീവ് ചിന്തകളുടെയും സഹായത്തോടെ കടിഞ്ഞാൺ ഇട്ടു നിർത്തുക.

മറ്റുള്ളവരെ ശകാരിക്കുന്നതും ചീത്തവിളിക്കുന്നതും ഒഴിവാക്കാൻ നമുക്ക് ശ്രമിക്കാം; കാരണം അവർ നമ്മുടെ സമ്മർദ്ദത്തിന്റെ ഇരകളാകണമെന്നില്ല. നമ്മൾ എടുക്കുന്ന ഓരോ തീരുമാനത്തിനും ഉത്തരവാദി നാം മാത്രം ആണ്, മറ്റാരുമല്ല.

ശുദ്ധമായ മനസ്

നമ്മളെല്ലാവരും നമ്മുടെ ശരീരം ശുദ്ധവും ആരോഗ്യത്തോടെയും കാത്തു സൂക്ഷിക്കാൻ ആഗ്രഹിക്കുന്നു, ചിലർ അതിനുവേണ്ടി കഠിനമായി പ്രയത്നിക്കുന്നു. പക്ഷേ നമ്മളിൽ എത്രപേർ ആരോഗ്യമുള്ളതും ശുദ്ധവുമായ മനസ്സ് കൈവരിക്കാൻ ആഗ്രഹിക്കുന്നു?.

വളരെ ചുരുക്കം ആളുകൾ മാത്രം, കാരണം ശുദ്ധമായ മനസ്സിനു വേണ്ടി പ്രവർത്തിക്കുന്നത് വളരെ ബുദ്ധിമുട്ടാണ്, നിങ്ങൾ ഒരു ശുചീകരണവും പരിഷ്കരണവും പുതുക്കലും നടത്തേണ്ടതായി വരും. അതിനാൽ ആളുകൾ അവരുടെ മനസ്സ് അതേപടി നിലകൊള്ളാൻ തീരുമാനിക്കുന്നു. “എന്റെ മനസ്സ് വൃത്തികെട്ടതാണെങ്കിൽ, അത് മറ്റാരും അറിയാൻ പോകുന്നില്ല. ” ഇങ്ങനെ ചിന്തിക്കുന്നു. ഈ ധാരണ തികച്ചും തെറ്റാണ്. മറ്റുള്ളവർക്ക് നമ്മുടെ മനസ്സ് കാണാൻ കഴിയും, നമ്മുടെ ശരീരം നമ്മുടെ മനസ്സിന്റെ പ്രതിഫലനമാണ്, പ്രകമ്പനമാണ്.

ഉദാഹരണത്തിന്: എനിക്ക് രോഗബാധിതമായ അവയവങ്ങൾ, മോശം കരൾ അല്ലെങ്കിൽ മോശം വൃക്കകൾ ഉണ്ടെങ്കിൽ, അതിന്റെ ലക്ഷണങ്ങൾ എന്റെ ശരീരത്തിന്റെ ഉപരിതലത്തിൽ, ചർമ്മത്തിൽ, കണ്ണുകളിൽ, മുഖത്ത്, നഖങ്ങളിൽ പ്രതിഫലിക്കുന്നതായി കാണാം.

അതുപോലെ, നമ്മുടെ ചിന്തകൾ പ്രകമ്പനങ്ങൾ ആകുന്നു, അത് നമ്മളുടെ ശരീരത്തിൽ തീർച്ചയായിട്ടും പ്രതിഫലിക്കുന്നതാണ്, ഉദാഹരണത്തിന്, കുഞ്ഞുങ്ങൾക്കും മൃഗങ്ങൾക്കും നമ്മളുടെ കമ്പനങ്ങൾ അനുഭവിക്കാൻ കഴിയും.

പലപ്പോഴും നിങ്ങളുടെ ജീവിതത്തിൽ ചില വക്തികളുമായി ഇടപഴകുമ്പോൾ നിങ്ങൾക്ക് എന്തെന്നില്ലാത്ത ഒരു സന്തോഷവും ശാന്തിയും

സമാധാനവും അനുഭവപ്പെടുന്നു. പക്ഷേ എന്തുകൊണ്ടെന്ന് നിങ്ങൾക്ക റിയില്ല... അത് ഈ പറഞ്ഞ പ്രകമ്പനങ്ങൾ മൂലമാണ്.

അതിനാൽ നിങ്ങളുടെ വീട്ടിൽ (മനസ്സിൽ) അഴുക്കോ, ചവറു കുമ്പാരമോ ഉണ്ടെങ്കിൽ, നിങ്ങൾക്ക് രണ്ട് വിധത്തിൽ അത് കൈകാര്യം ചെയ്യാം, ഒന്ന്: ചവറ് പുറത്തെടുത്ത് കൃത്യമായി ചവറുകൊട്ടയിൽ നിക്ഷേപിക്കുക. രണ്ട്: എല്ലാ ദിവസവും എയർ ഫ്രെഷനർ ഉപയോഗിക്കുക, പക്ഷേ എയർ ഫ്രെഷനർ നിത്യവും ഉപയോഗിച്ചാലും ഒരു നാൾ ദുർഗന്ധം പുറത്തു ചാടും, ചുറ്റുമുള്ളവർക്കും നിങ്ങൾക്കും അത് ഒരു ബുദ്ധിമുട്ടായി മാറും.

നാം നമ്മുടെ സഹജവാസനകളുമായി ബന്ധം പുലർത്തുന്നത് വളരെ ആരോഗ്യകരമാണ്, എന്നാൽ അതേ സമയം തന്നെ നമ്മൾ ജീവിക്കുന്നത് ഒരു സമൂഹത്തിലാണെന്ന കാര്യം മറക്കരുത്. അതുകൊണ്ടാണ് നമ്മുടെ മനസ്സിൽ ഒരു എഡിറ്റിംഗ് പ്രോഗ്രാം ഉണ്ടായിരിക്കേണ്ടത് അത്യാവശ്യമാണ്. നമ്മൾ സംസാരിക്കുമ്പോൾ, നമ്മുടെ ഓരോ വാക്കുകളും അതിലൂടെ കടത്തിവിടേണ്ടതാണ്.

നാം മറ്റുള്ളവരോട് സംസാരിക്കുമ്പോൾ, നമ്മൾ ആരോടാണ് സംസാരിക്കുന്നത്, എന്താണ് സാഹചര്യം, ഞാൻ എന്തിനെക്കുറിച്ചാണ് സംസാരിക്കുന്നത്, ഞാൻ ഇത് പറഞ്ഞാൽ മറ്റുള്ളവർക്ക് എന്ത് തോന്നും?, എന്നുള്ള കാര്യങ്ങളിൽ നല്ല ബോധമുണ്ടാവണം.

ഉദാഹരണത്തിന്: ഞാൻ രോഗിയായ ഒരു സുഹൃത്തിനെ സന്ദർശിക്കാൻ പോകുന്നു, അവൻ കിടക്കയിലാണ്, അയാൾക്ക് നടക്കാൻ കഴിയില്ല. ഞാൻ സംസാരിക്കാൻ തുടങ്ങി, എന്റെ യാത്രകൾ, നൃത്ത ക്ലാസുകൾ, എന്നിവയെക്കുറിച്ച് ഞാൻ അവനോട് പറയുന്നു. ആ പാവം സുഹൃത്തിന് എന്ത് തോന്നും?

മറ്റൊരു ഉദാഹരണം: ഒരു സുഹൃത്ത്, അവളുടെ പങ്കാളിയിൽ നിന്ന് പിരിഞ്ഞു കഴിയുന്നു, വളരെ സങ്കടകരമായ അവസ്ഥ, പക്ഷേ അവൾ എല്ലാം മറന്ന് സാഹചര്യം അംഗീകരിക്കാൻ ശ്രമിച്ചുകൊണ്ടിരിക്കുന്നു, നിങ്ങൾ അവളുമായി ചാറ്റ് ചെയ്യുന്നു, അവളുടെ മുഴുവൻ കഥയും അറിഞ്ഞുകൊണ്ട്, നിങ്ങൾ നിങ്ങളുടെ പങ്കാളിയുമായുള്ള അവധിക്കാലത്തെക്കുറിച്ച് നിങ്ങൾ അവളോട് പറയാൻ തുടങ്ങുന്നു. നിങ്ങളുടെ യാത്രാചിത്രങ്ങൾ അവളെ കാണിക്കുന്നു. നിങ്ങളുടെ സുഹൃത്തിന് എന്ത് തോന്നും...? നിങ്ങൾ മറ്റുള്ളവർക്ക് ദുഃഖവും സങ്കടവും ഉണ്ടാക്കുകയാണ്. തീർച്ചയായും, നിങ്ങളുടെ സുഹൃത്ത് നിങ്ങളുടെ യാത്രയെക്കുറിച്ച് ചോദിച്ചാൽ, നിങ്ങൾക്ക് അവളോട് പറയാം, അത് അല്ലാതെ മറുവശത്ത്, നിങ്ങൾ ഒരു വേദന സൃഷ്ടിക്കുകയാണ്, ഇത് പോലെയുള്ള സാഹചര്യങ്ങളിൽ

നമ്മുടെ ചിന്തകളെ എഡിറ്റിങ് പ്രോഗ്രമിലൂടെ കടത്തിവിടുകയാണെങ്കിൽ അത് മറ്റുള്ളവരിൽ ദുഃഖം സൃഷ്ടിക്കാതിരിക്കാൻ നമുക്ക് സാധിക്കും.

അതുകൊണ്ട് നാം എഡിറ്റ് പ്രോഗ്രാം സജീവമാക്കേണ്ടത്.

ചിലപ്പോൾ ചില സാഹചര്യങ്ങളിൽ മറ്റുള്ളവർക്ക് വേദനയുണ്ടാകുമെന്ന അറിഞ്ഞാൽ പോലും സത്യം തുറന്ന പറയേണ്ടതായി വരും, സംശയമില്ല. അതിനാൽ, എല്ലാം സാഹചര്യത്തെ ആശ്രയിച്ചിരിക്കുന്നു.

നമുക്ക് നമ്മുടെ മനസ്സാക്ഷിയും മനസ്സും ബന്ധിപ്പിച്ച് ജീവിക്കാം.

അതിനാൽ, എല്ലാവർക്കും ശുദ്ധമായ മനസ്സ് ഉണ്ടായിരിക്കേണ്ടത് വളരെ പ്രധാനമാണ്. ഈ പുസ്തകം വായിച്ച പൂർത്തിയാകുമ്പോൾ, ശുദ്ധമായ മനസ്സ് എങ്ങനെയായിരിക്കണം എന്നതിനെ കുറിച്ച് വ്യക്തമായ ധാരണ നിങ്ങൾക്ക് ലഭിക്കും.

പേശി പിരിമുറുക്കം

നമുക്ക് വളരെയധികം മാനസിക സമ്മർദ്ദം ഉണ്ടാകുമ്പോൾ, നമ്മുടെ ശരീരം സാധാരണയായി പേശി പിരിമുറുക്കം അനുഭവിക്കുന്നു, പ്രത്യേകിച്ച് കഴുത്തിലും തോളിലും താടിയെല്ലിന്റെ ഭാഗത്തും.

സ്ട്രെച്ചിങ് വ്യായാമവും കൃത്യമായ ശ്വസന വ്യായാമവും രണ്ട് പ്രകൃതിദത്ത മരുന്നുകളാണ്, ആരോഗ്യത്തോടെ ജീവിക്കാനുള്ള പ്രപഞ്ചത്തിന്റെ സമ്മാനം. അതിന് നിങ്ങൾ ആർക്കും ഒന്നും നൽകേണ്ടതില്ല.

ഉദാഹരണത്തിന്: നിങ്ങളുടെ വീട്ടിൽ ഒരു നായയോ പൂച്ചയോ ഉണ്ടെങ്കിൽ, ഒരു ദിവസം, അവ എത്ര തവണ സ്ട്രെച്ച് ചെയ്യുന്നുവെന്ന് കാണുക. ഒരുപക്ഷേ അവർ ഉറങ്ങുകയായിരിക്കാം, എന്നാലും ഓരോ ഇടവേളകളിലും അവർ എഴുന്നേറ്റ്, സ്ട്രെച്ച് ചെയ്യുന്നു, എന്നിട്ട് വീണ്ടും കിടന്നു ഉറങ്ങുന്നു.

കൊച്ചു കുഞ്ഞുങ്ങളെ നോക്കൂ, അവർ സ്ഥിരം സ്ട്രെച്ചിങ് ചെയ്യുന്നത് നമുക്ക് കാണുവാൻ സാധിക്കും. നമ്മളുടെ ഉള്ളിൽ സ്ട്രെച്ച് ചെയ്യുവാനുള്ള ഒരു മനുഷ്യ സഹജാവബോധം ഉണ്ട്. മിക്കവാറും എല്ലാ യോഗാസനങ്ങളും നാം കുട്ടിക്കാലത്ത് സ്വാഭാവികമായി ചെയ്തിട്ടുള്ളതാണ്, പക്ഷേ പിന്നീട് നമ്മൾ വളർന്നുവരുമ്പോൾ, പ്രകൃതിയിൽ നിന്ന് അകന്നു, യാന്ത്രികമായ ജീവിതം നയിച്ച് തുടങ്ങുന്നു. അത് കൊണ്ട് നമ്മുടെ സഹജാവബോധം നഷ്ടപ്പെടാതിരിക്കാൻ യോഗ പരിശീലിക്കേണ്ടതുണ്ട്.

സ്ട്രെച്ചിങ് വ്യായാമം ആരോഗ്യമുള്ള ശരീരത്തിനും, ശ്വസന വ്യായാമം ആരോഗ്യമുള്ള മനസ്സിനും വേണ്ടിയാണ്.

ശ്വസനം

ഒട്ടുമിക്ക ആളുകൾക്കും എങ്ങനെയാണ് ശരിയായ രീതിയിൽ ശ്വസന വ്യായാമം ചെയ്യേണ്ടത് എന്ന് അറിയില്ല, അവർ ആഴത്തിലുള്ള ശ്വാസം എടുത്തതിനുശേഷം, വായിലൂടെ ശ്വാസം വിടുന്നു. എനിക്ക് ഇത് മനസ്സിലാകുന്നില്ല. അത് ഒരു വലിയ തെറ്റാണ്, സ്വഭാവികമായി നമുക്ക് ഭക്ഷണം കഴിക്കാനും സംസാരിക്കാനും കടിക്കാനും മറ്റുമാണ് വായ നലകിയിട്ടുള്ളത്. മൂക്ക് ശ്വസനത്തിനുള്ളതാണ്. മൂക്കിലൂടെ നമ്മൾ ഭക്ഷണം കഴിക്കുന്നില്ല.

എങ്കിലും നമുക്ക് വായ കൊണ്ട് ശ്വസിക്കാൻ കഴിയുന്നു, പക്ഷേ അത് ഒരു emergency exit ആണ്, അതായത് അടിയന്തര ഘട്ടങ്ങളിൽ, മൂക്ക് കൊണ്ട് ശ്വസിക്കാൻ കഴിയാത്ത ചില അവസ്ഥകളിൽ, അതിജീവിക്കാൻ വേണ്ടി ആണ്. അതുകൊണ്ടാണ് വെള്ളത്തിൽ നീന്തുമ്പോൾ നമ്മൾ വായകൊണ്ട് ശ്വസിക്കുന്നത്, പക്ഷേ അത് സാധാരണമല്ല, നമ്മൾ ജീവിക്കുന്നത് കരയിലാണ്, വെള്ളത്തിലല്ല. അതുപോലെ, ഓടുമ്പോഴും വായകൊണ്ട് ശ്വസിക്കുന്നു, ഇതും ഒരു പ്രത്യേക സന്ദർഭമാണ്, നമ്മൾ എപ്പോഴും ഓടിക്കൊണ്ടിരിക്കുന്നില്ല.

അതുകൊണ്ട് ഇനി മുതൽ നിങ്ങൾ ദീർഘശ്വാസം എടുക്കുമ്പോൾ മൂക്കിലൂടെ തന്നെ നിശ്വാസം ചെയ്യാൻ ശ്രമിക്കുക, നിങ്ങൾക്ക് വലിയ വ്യത്യാസം അറിയുവാൻ സാധിക്കും. കാരണം ഓരോ നിശ്വാസത്തിലും നമ്മുടെ പിരിമുറുക്കവും സമ്മർദ്ദവും അഴിയുന്നു.

യോഗ പരിശീലിക്കുമ്പോൾ നമ്മൾ പ്രധാനമായി ശ്രദ്ധികേണ്ട ഒരു കാര്യം ഇതാണ്. ചുരുക്കം പറഞ്ഞാൽ ശ്വസന വ്യായാമം നിത്യവും പരിശീലിക്കേണ്ടത് ആരോഗ്യപൂർണമായ ജീവിതത്തിനു ഒഴിച്ചുകൂടാൻ പറ്റാത്ത ഒരു കാര്യമാണ്.

എല്ലാം അറിയാം,
പക്ഷേ അറിയേണ്ടത് അറിയുന്നില്ല.

നമ്മൾ ലോകത്തിലുള്ള എല്ലാ അറിവിന്റെയും പിന്നാലെ പരക്കം പായുന്നു, പക്ഷേ സത്യത്തിൽ നമ്മൾ ആരാണ് എന്നുള്ള മഹത്തായ അറിവ് കരസ്ഥമാക്കാൻ നാം മറന്നു പോകുന്നു.

ആളുകൾ പുസ്തകങ്ങൾ വായിക്കുന്നു, പഠിക്കുന്നു... അറിവുകൾ സമ്പാദിക്കുന്നു, വളരെ നല്ല കാര്യം. ആത്മീയത, തത്ത്വചിന്ത, തുടങ്ങിയ എല്ലാ വിഷയത്തിലും അറിവ് സമ്പാദിക്കുന്നു. അങ്ങനെ ആണെങ്കിൽ ഞാൻ ഒന്ന് ചോദിക്കട്ടെ?, ആളുകൾക്ക് ഇത്രയും അറിവ് ഉണ്ടായിട്ടും. എന്ത് കൊണ്ട് അവർക്കു സമാധാനത്തോടും, സ്നേഹത്തോടും കൂടി ജീവിക്കാൻ സാധിക്കുന്നില്ല, എന്ത് കൊണ്ട് ഈ അറിവുകൾ അവരവരുടെ ജീവിതത്തിൽ പ്രാവർത്തികമാക്കാൻ സാധിക്കുന്നില്ല?.

ഈ ചോദ്യം ഞാൻ എന്നോട് തന്നെ ചോദിച്ചു, അതിനുള്ള ഉത്തരവും എനിക്കു ലഭിച്ചു.

കാരണം, അറിവ് എന്നുള്ളത് നമ്മുടെ മനസ്സിൽ വിവരങ്ങൾ ആയി ശേഖരിക്കപ്പെടുന്നു. ആ അറിവുകൾ പ്രാവർത്തികമാവുമ്പോൾ ആണ് അത് അനുഭവങ്ങളായി മാറുന്നത്.

ഉദാഹരണത്തിന്: എനിക്ക് ജപ്പാൻ എന്ന രാജ്യത്തെ കുറിച്ച് ധാരാളം അറിവുണ്ട്, പുസ്തകങ്ങളുടെയും, ലേഖനങ്ങളിലൂടെയും ഞാൻ അറിഞ്ഞു. ഈ അറിവുകൾ വിവരങ്ങൾ ആണ്. ഇനി, എനിക്ക് ജപ്പാൻ എന്ന രാജ്യത്തെ കുറിച്ച് അറിയാം, കാരണം ഞാൻ അവിടെ പോയിരുന്നു, അവിടെ കുറച്ചുനാൾ ജീവിച്ചു. ഈ അറിവ് അനുഭവങ്ങൾ

ആണ്. തീർച്ചയായിട്ടും അനുഭവങ്ങൾ ആണ് ഒരു മനുഷ്യനെ മനുഷ്യനായി തീർക്കുന്നത്.

യോഗയും ഒരു അനുഭവമാണ്.

ഒരു മനുഷ്യന് ധാരാളം അറിവുകൾ ഉണ്ടായിട്ടും അത് ജീവിതത്തിൽ പ്രാവർത്തികമാക്കാൻ സാധിക്കുന്നില്ലെങ്കിൽ പിന്നെ അത് കൊണ്ട് എന്ത് ഗുണം.

അടുത്ത ഒരു ചോദ്യം എന്റെ മനസ്സിൽ ഉയർന്നു. എന്തുകൊണ്ടാണ് മനുഷ്യന് അറിവുകൾ സ്വന്തം ജീവിതത്തിൽ പ്രാവർത്തികമാക്കാൻ സാധിക്കാത്തത്?. പ്രത്യേകിച്ച് ആത്മീയമായ കാര്യങ്ങൾ?. ആളുകൾ ദിവസവും പ്രാർത്ഥിക്കുന്നു, മതഗ്രന്ഥങ്ങൾ വായിക്കുന്നു, എന്നിട്ടും സ്നേഹത്തോടും സമാധാനത്തോടും ജീവിക്കാൻ കഴിയുന്നില്ല. എന്ത് കൊണ്ട്?.

ഞാൻ അന്വേഷിച്ചു, ഒടുവിൽ ഉത്തരം ഞാൻ കണ്ടെത്തി. നമ്മൾ ആത്മീയ ഗ്രന്ഥങ്ങൾ വായിക്കുമ്പോൾ, ആ വചനങ്ങൾ നമ്മളുടെ ഹൃദയത്തിലേക്ക് ഇറങ്ങിചെല്ലുന്നില്ല, അത് നമ്മുടെ മനസിൽ മാത്രം നിലനിൽക്കുന്നു, വിവരങ്ങൾ മാത്രം ആയിട്ട്. അത് നമ്മുടെ ഹൃദയത്തിലേക്ക് ഇറങ്ങി ചെന്നാൽ മാത്രമേ അത് അനുഭവമാകു. ഭൂരിഭാഗം ആളുകളും ആത്മീയ ഗ്രന്ഥങ്ങൾ വായിക്കുന്നത്, ഒരു കടമ തീർക്കുക, അല്ലെങ്കിൽ എന്തെങ്കിലും ആവിശ്യ സാക്ഷാത്കാരത്തിനു വേണ്ടി അല്ലെങ്കിൽ ആർക്കോ വേണ്ടി, എന്ന രീതിയിൽ ആണ്. ആ വചനങ്ങളിൽ പൂർണ ശ്രദ്ധ ചെലുത്തുവാനും, അത് ഒരു അനുഭവമാക്കി തീർക്കുവാനും ആരും തന്നെ ശ്രമിക്കുന്നില്ല എന്നുള്ളതാണ് സത്യം.

അതുകൊണ്ടാണ്, ആത്മീയ ഗ്രന്ഥങ്ങൾ വായിക്കുന്നതിനു തൊട്ടു മുൻപ് നമ്മൾ കുറച്ചു നേരമെങ്കിലും മൗനമായി ധ്യാനത്തിൽ മുഴുകണം. അങ്ങനെ നമ്മുടെ മനസ് ശാന്താമാക്കി, ഹൃദയം തുറന്നു വേണം ആത്മീയ വചനങ്ങൾ സ്വികരിക്കാൻ. അപ്പോൾ അത് അനുഭവങ്ങൾ ആയി മാറും. അതിനുശേഷം ആ വചനങ്ങൾ നിങ്ങളുടെ ജീവിത സാഹചര്യങ്ങളോട് താരതമ്യപ്പെടുത്തുക, എന്നിട്ടു നിങ്ങൾക്ക് ശരി എന്ന് തോന്നുന്നത് മാത്രം സ്വികരിക്കുക, അപ്പോൾ അത് ജീവിതത്തിൽ പ്രാവർത്തികമാക്കുവാൻ സാധിക്കും.

ഓരോ കാര്യങ്ങളും ചെയ്യേണ്ട രീതിയിൽ ചെയ്താൽ, തീർച്ചയായിട്ടും അതിനു ഗുണം ഉണ്ടാവും.

സമാധാനം

ഈ ഭൂമിയിൽ നമുക്കെല്ലാവർക്കും സമാധാനത്തോടെ ജീവിക്കാൻ അവകാശമുണ്ട്. യോഗയിലെ വളരെ പ്രധാനപ്പെട്ട ഒരു വിഷയമാണ് സമാധാനം, യോഗയുടെ അടിസ്ഥാനം ശാന്തിയാണ്. യോഗയുടെ പ്രധാന ലക്ഷ്യം തന്നെ ശാന്തിയും സമാധാനവും കണ്ടെത്തുക എന്നതാണ്. ശാരീരിക ശാന്തി, മാനസിക ശാന്തി, ആത്മീയ ശാന്തി. അതുകൊണ്ടാണ് നമ്മൾ യോഗ ക്ലാസ് ആരംഭിക്കുമ്പോഴും അവസാനിക്കുമ്പോഴും 3 തവണ ശാന്തി ഉച്ചരിക്കുന്നത്. നമ്മൾ പൊതുവെ സമാധാനത്തെ കുറിച്ച് സംസാരിക്കാറുണ്ട്. ഞാൻ ഇവിടെ രണ്ടു തരത്തിലുള്ള സമാധാനത്തെ കുറിച്ച് പറയുവാൻ ആഗ്രഹിക്കുന്നു. ആന്തരിക സമാധാനവും ബാഹ്യ സമാധാനവും. ആന്തരിക സമാധാനം ശാശ്വതമാണ്, ബാഹ്യ സമാധാനം താൽക്കാലികവും.

ആദ്യം ആന്തരിക സമാധാനം എന്താണെന്ന് നമുക്ക് നോക്കാം.

ആന്തരിക സമാധാനം നിങ്ങളുടെ ഉള്ളിലാണ്. നിങ്ങൾ എവിടെ പോയാലും സമാധാനം നിങ്ങളുടെ ഉള്ളിൽ നിലകൊള്ളുന്നു. ലോകത്തെവിടെ ആയിരുന്നാലും നിങ്ങൾക്കത് അനുഭവപ്പെടും. നിങ്ങൾക്ക് പ്രതികൂല സാഹചര്യങ്ങൾ നേരിടേണ്ടിവന്നാലും നിങ്ങളുടെ ആന്തരിക സമാധാനം, അതിനെ തരണം ചെയ്യാൻ സഹായിക്കുന്നു.

ഞാൻ 30 വർഷം ഇന്ത്യയിൽ ജീവിച്ചു. എന്റെ ശരീരവും മനസ്സും ഇന്ത്യൻ പരിതസ്ഥിതിയിൽ ശീലിച്ചു പോന്നു. പെട്ടെന്ന് ഒരു മാറ്റം: എന്റെ ജീവിതം യൂറോപ്പിലേക്ക് പറിച്ചു നടുന്നു, വളരെ ബുദ്ധിമുട്ടുള്ള

ഒരു മാറ്റം. കാലാവസ്ഥ, സംസ്കാരം, ഭാഷ.. ഒരുപാട് വിഷമഘട്ടങ്ങൾ ഉണ്ടായിരുന്നു... പക്ഷേ എന്റെ ആന്തരിക സമാധാനം കൊണ്ട് എല്ലാം തരണം ചെയ്യാൻ സാധിച്ചു.

ആന്തരിക സമാധാനം കണ്ടെത്താൻ നാം ആത്മാർത്ഥമായി പരിശ്രമിക്കണം. അതിനു വേണ്ടി ആദ്യം തന്നെ ആന്തരിക പരിവർത്തനത്തിനായി നമ്മൾ പ്രയത്നിക്കണം. മനസിന്റെ അടിത്തട്ടിലേക്ക് ഇറങ്ങിച്ചെന്നു പ്രശ്നങ്ങളുടെ ഉറവിടം കണ്ടെത്തണം, വേരുകൾ അറുക്കണം. എങ്കിൽ മാത്രമേ ആന്തരിക പരിവർത്തനം സാധ്യമാകൂ. കാരണം നമ്മുടെ പ്രശ്നങ്ങളുടെ യഥാർത്ഥ കാരണം അടിത്തട്ടിൽ ഒളിഞ്ഞു കിടക്കുകയാണ്. നാം നമ്മുടെ കുട്ടിക്കാലത്തേക്ക് തിരിഞ്ഞു നോക്കണം, അപ്പോൾ നമുക്ക് കാണുവാൻ സാധിക്കും, മാതാപിതാക്കളും സമൂഹവും നമ്മിൽ അടിച്ചേൽപ്പിച്ചിരിക്കുന്ന അല്ലെങ്കിൽ നാം അവരിൽ നിന്നും സ്വീകരിച്ച വിവരങ്ങൾ, ധാരണകൾ. അവയെ നമ്മൾ പൊടി തട്ടി എടുത്ത്, ഒന്നുകൂടി വിശകലനം ചെയ്യേണ്ടതാണ്, തീർച്ചയായിട്ടും അവയിൽ നല്ലതും ചീത്തതും ഉണ്ടാവും, അതിൽനിന്നും ശരിയെന്നു തോന്നുന്നത് മാത്രം കരുതുക, അല്ലാത്തത് പുറന്തള്ളുക. ഇത് പോലെ പലതവണകളായി നമ്മിൽ വർഷങ്ങൾക്കു മുൻപേ അടിഞ്ഞു കൂടിയിരിക്കുന്ന അഴുക്കുകൾ കഴുകി കളഞ്ഞാൽ മാത്രമേ ആന്തരിക പരിവർത്തനം സാധ്യമാകൂ.

ഈ ഒരു പ്രക്രിയക്ക് നാം മഹത്തായ ഒരു ഉപകരണം ഉപയോഗിക്കണം... ധ്യാനം. അതെ, ധ്യാനത്തിലൂടെ ഇത് സാധ്യമാണ്.

ധ്യാനിക്കുന്നതിന് പല മാർഗ്ഗങ്ങൾ ഉണ്ട്. നിങ്ങൾക്ക് ഇഷ്ടമുള്ള മാർഗ്ഗങ്ങൾ തിരഞ്ഞെടുക്കാം.

എന്നെ സംബന്ധിച്ചിടത്തോളം, ധ്യാനം പോലെ, ധ്യാനത്തിന് തൊട്ടുപിന്നാലെയുള്ള നിമിഷങ്ങളും വളരെ പ്രധാനമാണ്. ആ നിമിഷങ്ങൾ നമ്മൾ പ്രയോജനപ്പെടുത്തണം, ജീവിതത്തിലെ ഏറ്റവും നല്ല നിമിഷം ഏതാണെന്ന് ആരെങ്കിലും ചോദിച്ചാൽ ഞാൻ പറയും "ധ്യാനത്തിനു ശേഷമുള്ള നിമിഷം", എന്തുകൊണ്ട്? കാരണം ആ നിമിഷം നാം നമ്മുടെ ആത്മാവിനോടു ബന്ധപ്പെട്ടിരിക്കുന്നു. നമ്മുടെ മനസ്സ് ശാന്തവും വ്യക്തവുമാണ്. അതിന്റെ ആഴം, അടിത്തട്ട് നമുക്ക് വ്യക്തമായി കാണുവാൻ സാധിക്കും. വൃത്തിയാക്കേണ്ടതോ തിരുത്തേണ്ടതോ പുറംതള്ളപ്പെടേണ്ടതോ ആയ കാര്യങ്ങൾ, ആ നിമിഷം നമുക്ക് കൃത്യമായി കാണുവാൻ സാധിക്കും. നമ്മുടെ മാതാപിതാക്കളിൽ നിന്നും സമൂഹത്തിൽ നിന്നും ധാരാളം തെറ്റായ വിവരങ്ങൾ നമ്മുടെ മനസ്സിൽ കടന്നുകൂടിയിട്ടുണ്ട്.

ഉദാഹരണത്തിന്: വംശീയത, വംശീയത എങ്ങനെയാണ് മനസ്സിൽ കടന്നുകൂടിയത്?, ഒന്ന് ചിന്തിക്കുക.

ധ്യാനത്തിനു ശേഷം നമ്മൾ സ്വയം വിശകലനം ചെയ്തില്ലെങ്കിൽ, ജീവിതകാലം മുഴുവനും നാം ബാഹ്യസമാധാനത്തോടെയായിരിക്കും ജീവിക്കുക. ആന്തരിക സമാധാനം കണ്ടെത്താൻ കഴിയുകയില്ല, നമ്മൾ ധ്യാനിക്കുക മാത്രം ചെയ്യുകയാണെങ്കിൽ, ഇന്ന് രാത്രി നമുക്ക് സുഖമായി ഉറങ്ങാം, പക്ഷേ നാളെ അതിന്റെ ഫലം മങ്ങും, അത് അധികനാൾ നിലനിൽക്കില്ല. അതിനാൽ, ധ്യാനത്തിന് ശേഷമുള്ള നിമിഷങ്ങൾ പ്രയോജനപ്പെടുത്തുവാനും, സ്വയം വിശകലനത്തിനായി കുറഞ്ഞത് 10 മിനിറ്റെങ്കിലും നീക്കിവയ്ക്കാനും ഞാൻ ശുപാർശ ചെയ്യുന്നു, അത് ധ്യാനാവസ്ഥ പോലെ തന്നെ പ്രധാനമാണ്. എങ്കിൽ മാത്രമേ നമ്മളിൽ നവീകരണം സാധ്യമാകൂ, ആന്തരിക സമാധാനത്തിലേക്ക് വഴി തെളിയൂ. ഇങ്ങനെ കുറച്ച് നാൾ പരിശീലിക്കുമ്പോൾ തന്നെ നിങ്ങൾക്ക് വ്യത്യാസം അറിയുവാൻ സാധിക്കും, നിങ്ങൾ ഒരുപാട് കാര്യങ്ങൾ സ്വയം കണ്ടെത്തും.

നല്ലതും ചീത്തയും ഏതാണ് എന്ന് കൃത്യമായിട്ട് തിരിച്ചറിയാൻ നമ്മൾക്ക് ബുദ്ധിമുട്ടാണ്, കാരണം സമൂഹത്തിൽ ജീവിക്കുന്ന മനുഷ്യൻ തെറ്റിദ്ധരിക്കപ്പെടുവാനും, വഞ്ചിക്കപെടുവാനും ഉള്ള സാധ്യത ചെറുതല്ല. അതിനാൽ നിങ്ങൾ ധ്യാനം ഒരു പ്രധാന ഉപകരണമായി ഉപയോഗിക്കേണ്ടതുണ്ട്. ഇത് ദീർഘവും കഠിനവുമായ ജോലിയാണ്, ഒരു നവീകരണം അത്ര എളുപ്പം ആല്ല, ചിലപ്പോ മാസങ്ങളെടുക്കും, ഒരു പക്ഷേ വർഷങ്ങളെടുക്കും, ഉദാഹരണത്തിന്: നിങ്ങളുടെ ഭവനം എങ്ങനെ ഇരിക്കുന്നു എന്നതിനെ ആശ്രയിച്ചിരിക്കും, നിങ്ങളുടെ വീട് 20 വർഷമായി ഒന്നും ചെയ്യാതെ വൃത്തിഹീനമായി കിടക്കുന്നു, അത് എങ്ങനെയായിരിക്കുമെന്ന് സങ്കൽപ്പിക്കുക!, അപ്പോൾ അത് വൃത്തിയാക്കുവാൻ സമയം എടുക്കും, സാധാരണയായി നമ്മൾ ഒരു ഭാഗം മാത്രമേ വൃത്തിയാക്കൂ; മറ്റുള്ളവർ കാണുന്നത്, പുറം മാത്രം. ഞാൻ മുൻപ് പറഞ്ഞ പോലെ നമ്മുടെ ഉള്ളിലെ ചിന്തകൾ മറ്റാരും കാണുന്നില്ലല്ലോ, എന്ന് കരുതി വൃത്തിഹീനമായി കൊണ്ട് നടക്കുന്നു.

അതിനാൽ, ആന്തരിക പരിവർത്തനത്തിലൂടെ നാം ആന്തരിക സമാധാനം കണ്ടെത്തുന്നു. ആന്തരിക സമാധാനം വളരെ പ്രധാനമാണ്, അത് വളരെ ശക്തമാണ്. നിങ്ങൾ എവിടെയായിരുന്നാലും, നിങ്ങളുടെ ജീവിതത്തിൽ ഉണ്ടാവുന്ന ഓരോ പ്രതിസന്ധികളെയും, നിങ്ങൾക്ക് ആന്തരിക സമാധാനത്താൽ മറികടക്കാൻ കഴിയും.

ഇനി നമുക്ക് ബാഹ്യമായ സമാധാനം എന്താണ് എന്ന് നോക്കാം.

ഉദാഹരണത്തിന്: നിങ്ങൾ ഒരു യോഗ ക്ലാസിലോ, അല്ലെങ്കിൽ ഒരു ക്ഷേത്രത്തിലോ, അല്ലെങ്കിൽ ഒരു ആശ്രമത്തിലോ ആണ് എന്ന് സങ്കൽപ്പിക്കുക. അവിടത്തെ നിശബ്ദതയും, സുഗന്ധവും, ശാന്തതയും നമ്മളിൽ സമാധാനം ഉളവാക്കുന്നു. ഇത് ബാഹ്യസമാധാനമാണ്. അവിടെ നാം നമ്മുടെ നിത്യജീവിതത്തിലെ തിരക്കുകളും, പ്രശ്നങ്ങളും അല്പനേരത്തേക്കാണെങ്കിലും മാറ്റിവെക്കുന്നു. അവിടെ നാം പുറം ലോകവുമായി ബന്ധം വേർപെടുത്തുന്നു. ആ ശാന്തതയിൽ അല്പനേരം കൂടി കഴിയുവാൻ നമ്മളുടെ മനസ്സ് ആഗ്രഹിക്കുന്നു, അല്ലേ? പക്ഷേ നമുക്ക് അതിനു കഴിയില്ല, നമ്മുടെ നിത്യജീവിതത്തിലേക്ക് തിരിച്ചുവരണം. കാരണം നമ്മുടെ ഉത്തരവാദിത്തങ്ങൾ നമ്മളെ മടങ്ങുവാൻ നിർബന്ധിതരാക്കുന്നു.

അങ്ങനെ നിങ്ങൾ അവിടെ നിന്ന് ഇറങ്ങുന്നു, പക്ഷേ അവിടം വിട്ടാൽ ഉടൻ നിങ്ങളുടെ സമാധാനം അവസാനിക്കുന്നു. വീണ്ടും സമ്മർദ്ദം, പരിഭ്രാന്തി, പിരിമുറുക്കം, ഉത്കണ്ഠ, ഭയം. നിങ്ങളുടെ സമാധാനം കണ്ടെത്താൻ നിങ്ങൾ അതേ സ്ഥലത്തേക്ക് മടങ്ങേണ്ടതായി വരുന്നു.

അതിനർത്ഥം സമാധാനം നിങ്ങളോടൊപ്പമല്ല, അത് മറ്റെവിടെയെങ്കിലും സൂക്ഷിച്ചിരിക്കുന്നു, അവിടേക്കു നിങ്ങൾ ചെല്ലേണ്ടത് ഉണ്ട്. അതാണ് ബാഹ്യസമാധാനം, ഇത് ഒരു താൽക്കാലിക സമാധാനമാണ്. അതെ ബാഹ്യസമാധാനം താൽക്കാലികവും ആന്തരിക സമാധാനം സ്ഥിരവും ആകുന്നു.

നാം ഇത് തിരിച്ചറിഞ്ഞില്ലെങ്കിൽ, വഞ്ചിതരാകാൻ സാധ്യത ഉണ്ട്. കാരണം, ചിലർ നമ്മെ ബാഹ്യസമാധാനം കാണിച്ചു, അതാണ് ആന്തരികസമാധാനം എന്ന് തെറ്റിദ്ധരിപ്പിക്കും. യാഥാർത്ഥ്യം അറിയാതെ നാം ചിലപ്പോൾ അത് വിശ്വസിക്കും, അവർ നിങ്ങളോട് ഒരു പ്രത്യേക ശക്തി ഉള്ളവരെ പോലെ, നമ്മളിൽ നിന്നും വത്യസ്തരാണെന്ന മട്ടിൽ പെരുമാറുന്നു. അവർ ഒരിക്കലും നിങ്ങളോട് ഈ സത്യം പറയില്ല "നിങ്ങൾക്കും അവരെപ്പോലെ തന്നെ ശക്തിയുണ്ട്, നമ്മൾ എല്ലാവരും തുല്യരാണ്, വ്യത്യസ്ത ശരീരവും മനസ്സും ഉള്ളവരാണെങ്കിലും നമ്മൾ എല്ലാവരും ആത്മാക്കളാണ്". അവർ ഒരിക്കലും ഈ സത്യം പറയാൻ പോകുന്നില്ല. നിങ്ങളുടെ ആന്തരിക സമാധാനവുമായി ബന്ധപ്പെടാൻ അവർ ഒരിക്കലും നിങ്ങളെ സഹായിക്കില്ല, കാരണം നിങ്ങൾ നിങ്ങളുടെ ആന്തരിക സമാധാനവുമായി ബന്ധപ്പെട്ടാൽ, നിങ്ങൾ ഒരു തവണയെങ്കിലും അതറിഞ്ഞാൽ, നിങ്ങൾ അവിടം വിട്ടു പോകും, ചിലപ്പോൾ നിങ്ങൾ ഒരിക്കലും മടങ്ങി വരില്ല, അത് അവർക്കു നല്ലതല്ല. നിങ്ങളെ

നഷ്ടപ്പെട്ടുവാൻ അവർ ആഗ്രഹിക്കുന്നില്ല, അവർക്ക് ആളുകളെ വേണം. അത് എന്തുകൊണ്ടാണെന്ന് അറിയാമോ? വളരെ ലളിതമാണ്, സമൂഹത്തിൽ നമുക്ക് ശക്തി നൽകുന്ന ഏറ്റവും ശക്തമായ ഘടകങ്ങൾ ഏതാണ്?, ഒന്ന്: പണം... മറ്റൊന്ന്.. ജനം, അതെ. നമ്മൾ, മനുഷ്യർ, അനുയായികൾ. ഒരു ഗുരുവിന്റെ അനുയായികളുടെ എണ്ണമനുസരിച്ചു അയാൾ ശക്തനായിതീരും. അതിനാൽ അവർക്ക് ആ മനുഷ്യശക്തി വേണം, അവർക്ക് അവരുടെ ഗ്രൂപ്പിൽ ധാരാളം അനുയായികൾ ആവശ്യമാണ്.

ഒരു ഉദാഹരണം പറയാം, നിങ്ങൾ നിങ്ങളുടെ കണ്ണട അന്വേഷിക്കുകയാണ്, അത് എവിടെ വെച്ചു എന്ന് ഓർക്കുന്നില്ല, അത് ലഭിച്ചാൽ മാത്രമേ നിങ്ങൾക്ക് പുറത്തേക്ക് പോകുവാൻ സാധിക്കു. നിങ്ങൾ എല്ലായിടത്തും തിരയുന്നു. പക്ഷേ കണ്ടെത്തുന്നില്ല. നിങ്ങളുടെ കൂടെ ഉള്ള വെക്തി ഇത് അറിയുന്നു, അയാൾ നോക്കുമ്പോൾ, നിങ്ങളുടെ കണ്ണട നിങ്ങളുടെ തലയിൽ തന്നെ ഇരിക്കുന്നത് കാണുന്നു, പക്ഷേ അയാൾ അത് പറയുന്നില്ല, കാരണം നിങ്ങൾ അവിടം വിട്ടു പോകാൻ അയാൾ ഇഷ്ടപ്പെടുന്നില്ല. അയാൾ അത് കണ്ടില്ല എന്ന് നടിക്കുന്നു, നിങ്ങളോടു അന്വേഷണം തുടർന്നോളാൻ പറയുന്നു. നിങ്ങൾ അയാളെ വിശ്വസിക്കുന്നു, നിങ്ങളുടെ വിലയേറിയ സമയം നഷ്ടമാകുന്നു.

ഒരു യോഗ ഗുരു ആയിരുന്നെങ്കിൽ, നിങ്ങളെ ആ നിമിഷം ഒരു കണ്ണാടിയുടെ മുൻപിൽ കൊണ്ട് നിർത്തി, നിങ്ങൾക്ക് വ്യക്തമായി കാണിച്ചു തരും, കണ്ണട എവിടെയാണ് ഇരിക്കുന്നത് എന്ന്.

ഒരു യോഗ ഗുരു പറയുന്നു, " ഞാൻ അല്ല നിന്റെ ലക്ഷ്യം, നിന്റെ ലക്ഷ്യം, നീ തന്നെ ആകുന്നു, നിന്നെ തന്നെ അറിയുക, നിന്റെ ധർമ്മവും, ഉത്തരവാദിത്വങ്ങളും നീ തിരിച്ചറിയുക.".

ആത്മീയ പാതയിൽ നാം വളരെ ശ്രദ്ധാലു ആയിരിക്കണം.

യോഗ നിങ്ങളെ ബന്ധനങ്ങളിൽ അകപ്പെടാതെ മുന്നോട്ട് പോകാൻ പഠിപ്പിക്കുന്നു, എല്ലായിടത്തും ദൈവത്തെ കാണുക, യോഗ ഒരു ശാശ്വത പരിഹാരമാണ് തേടുന്നത്, താൽക്കാലിക പരിഹാരമല്ല.

തീർച്ചയായും, നമ്മൾ ഒരു യോഗ തലത്തിൽ എത്തുമ്പോൾ, നമുക്ക് ശക്തി നേടാനാകും. ആ ശക്തിയെ "സിദ്ധികൾ" എന്ന് വിളിക്കുന്നു... ഏതൊരു യോഗാഭ്യാസിക്കും ലഭിക്കാവുന്ന ശക്തിയാണിത്. നിങ്ങൾ വിശ്വാസമർപ്പിച്ചു ആത്മാർത്ഥമായി പരിശ്രമിച്ചാൽ തീർച്ചയായും നിങ്ങൾക്ക് അത് നേടാനാകും. പക്ഷേ ഒരു യോഗ സാധകന്റെ ലക്ഷ്യം "സിദ്ധികളിൽ അല്ല, മറിച്ചു, സമാധിയിൽ ആണ്" എന്ന പൂർണബോധം

ഉണ്ടായിരിക്കണം. നിങ്ങൾക്ക് സിദ്ധികളുണ്ടെങ്കിൽ അത് നിങ്ങൾക്കും നിങ്ങളുടെ ജീവിതത്തിനും നല്ലതാണ്.

തീർച്ചയായും, നമ്മൾ ഒരു ആശ്രമത്തിലോ ഗുരുവിന്റെ അടുത്തോ ആയിരിക്കുമ്പോൾ, നമുക്ക് നല്ല പ്രകമ്പനങ്ങൾ അനുഭവപ്പെടുന്നു, പക്ഷേ ആ പ്രകമ്പനങ്ങൾ താൽക്കാലികമാണ്.

ഇന്ത്യയിലെ ആശ്രമങ്ങൾ സന്ദർശിക്കുന്ന ധാരാളം പാശ്ചാത്യരുണ്ടെന്ന് എനിക്കറിയാം. ചിലർ മാസങ്ങളോളം വർഷങ്ങളോളം അവിടെ തങ്ങുന്നു, പലരും ഒരു കൊച്ചു കുഞ്ഞിനെപ്പോലെ അവിടെ ഇരുന്നു കരയുന്നത് ഞാൻ പലതവണ കണ്ടിട്ടുണ്ട്. അത് എന്തുകൊണ്ടാണെന്ന് അറിയാമോ? പടിഞ്ഞാറൻ രാജ്യങ്ങളിൽ അവർക്ക് കരയാൻ കഴിയില്ല. അവരുടെ രാജ്യത്ത്, അവരുടെ സമൂഹം അത് അനുവദിക്കുന്നില്ല, അവരുടെ ദുരഭിമാനം അവരെ കരയാൻ അനുവദിക്കുന്നില്ല. കരയുന്നത് ഒരു മോശം കാര്യമാണ്, കരയുന്നവർ ഭീരുക്കളാണ് എന്ന് അവർ കുട്ടിക്കാലം മുതൽ വിശ്വസിച്ചുപോന്നു... അതുകൊണ്ടു തനിക്ക് എന്ത് സംഭവിച്ചാലും കരയാതെ അത് സഹിക്കും, ഒരു ധീരനെപ്പോലെ, ഒരു പോരാളിയെപ്പോലെ. ഉദാഹരണത്തിന്: പാശ്ചാത്യ രാജ്യങ്ങളിലെ മരണാന്തര ചടങ്ങുകൾ ശ്രദ്ധിച്ചാൽ നിങ്ങൾക്ക് കാണുവാൻ സാധിക്കും, നമ്മുടെ നാട്ടിൽ ഉള്ളപോലെ വാവിട്ടും അലമുറയിട്ടും ഒന്നും അവർ കരയാറില്ല. ആരെങ്കിലും സുഖമാണോ എന്ന് ചോദിച്ചാൽ... “എനിക്ക് കുഴപ്പമില്ല, എനിക്ക് സുഖമാണ്,” എന്ന് കള്ളം പറയുന്നു, എന്നാൽ യഥാർത്ഥത്തിൽ സംഭവിക്കുന്നത് എല്ലാ വേദനകളും ഉള്ളിൽ ഒതുക്കി നിർത്തുന്നു എന്നതാണ്, അങ്ങനെ എല്ലാ വേദനകളും സങ്കടങ്ങളും കൂട്ടിവെച്ച് ഒടുവിൽ ഒരു ആശ്രമത്തിൽ എത്തുമ്പോൾ, അവിടെത്തെ അന്തരീക്ഷം, ശാന്തത, ബാഹ്യ സമാധാനം... അനുഭവിക്കാൻ തുടങ്ങും, അയാളുടെ ദുരഭിമാനം കുറഞ്ഞു വരുന്നു, അഹങ്കാരത്തിന് ശക്തി നഷ്ടപ്പെടുമ്പോൾ, വികാരങ്ങളും സഹജാവബോധങ്ങളും ഉണരുമ്പോൾ, എല്ലാ ദുഃഖങ്ങളും കണ്ണുനീർത്തുള്ളികൾ ആയി മാറുന്നു, അയാൾ ഒരു കൊച്ചു കുഞ്ഞിനെപ്പോലെ കരയാൻ തുടങ്ങുന്നു. തീർച്ചയായും അൽപ്പനേരം കരഞ്ഞു കഴിയുമ്പോൾ നമുക്ക് നല്ല സുഖം തോന്നുന്നു, അത് സാധാരണമാണ്... കാരണം, കരയുമ്പോൾ നമ്മുടെ മനസിലെ ഭാരങ്ങൾ ഇറക്കിവെക്കുന്നതായി അനുഭവപ്പെടുന്നു, മനസിന് സുഖവും ഒരു ആശ്വാസവും ലഭിക്കുന്നു.

പക്ഷേ ഒരു സംശയം, നമ്മൾ കരയാൻ ഇത്രയും ദൂരം യാത്ര ചെയ്യേണ്ടതുണ്ടോ? നമുക്ക് ലോകത്തെവിടെയിരുന്നും കരയാൻ സാധിക്കും, ശാന്തമായ അന്തരീക്ഷത്തിൽ, ഒരു നല്ല സംഗീതത്തോടെ,

കുടുംബത്തോടൊപ്പമോ അല്ലെങ്കിൽ ഒരു സുഹൃത്തിന്റെ തോളിൽ പോലും നമ്മൾക്ക് കരയുവാൻ സാധിക്കും. അഹംഭാവത്തിൽ നിന്നും ദുരഭിമാനത്തിൽ നിന്നും നാം സ്വയം മോചിതരാകണം എന്ന് മാത്രം.

നമ്മൾ സ്ഥിരം പറയാറുള്ള ഒരു വാചകമാണ് " എനിക്കു അൽപ്പം സമാധാനം തരുമോ" എന്ന്. ഇവിടെ നമ്മൾ മറ്റൊരു വ്യക്തിയോട് സമാധാനം ആവിശ്യപെടുകയാണ്, അതായത്, നമ്മളുടെ സമാധാനം പുറമെ ആണ്, ഇത് ബാഹ്യ സമാധാനം ആണ്. പക്ഷേ ഒരു വ്യക്തിക്ക് ആന്തരിക സമാധാനം ഉണ്ടെങ്കിൽ ആ വ്യക്തിക്ക് എവിടെയും സമാധാനം കണ്ടെത്താൻ സാധിക്കും, അയാൾ ഒരിക്കലും മറ്റൊരാളോട് സമാധാനം ആവിശ്യപ്പെടില്ല. അതിനു പകരം, അയാൾ പറയുന്നത് ഇങ്ങനെ ആയിരിക്കും, " ദയവായി എന്നെ ശല്യം ചെയ്യാതെ ഇരിക്കു" എന്ന്.

ഇപ്പോൾ നിങ്ങൾക്ക് ബാഹ്യ സമാധാനവും ആന്തരിക സമാധാനവും തമ്മിൽ ഉള്ള വ്യത്യാസം മനസിലായി കാണും എന്ന് ഞാൻ വിശ്വസിക്കുന്നു.

താത്കാലിക (ബാഹ്യ) സമാധാനം നമ്മളിൽ ഒരു ആസക്തിയായി മാറുവാൻ സാധ്യത ഉണ്ട്.

യോഗയിലൂടെ നാം സന്തുലിതാവസ്ഥയിൽ ജീവിക്കാൻ പഠിക്കുന്നു. ശാരീരികവും മാനസികവുമായ സന്തുലിതാവസ്ഥ.

മാനസിക സന്തുലിതാവസ്ഥ എന്താണ് അർത്ഥമാക്കുന്നത്?

മനസ്സിന്റെ സന്തുലിതാവസ്ഥ അർത്ഥമാക്കുന്നത്:താൻ ഒന്നിനും അടിമയല്ല. തനിക്കു നിലവിൽ ഉള്ള സൗകര്യങ്ങളെ, സാഹചര്യങ്ങളെ മാനസികാമയി അംഗീകരിച്ചു അതിൽ സന്തോഷം കണ്ടെത്താൻ ശ്രമിക്കുക. അല്ലാതെ, തനിക്കു താൻ ആഗ്രഹിക്കുന്നത് ലഭിച്ചാൽ മാത്രമേ സന്തോഷം ഉണ്ടാവൂ എന്ന മനോഭാവം ഉപേക്ഷിക്കുക.

ഉദാഹരണത്തിന്: എനിക്ക് രണ്ട് കാറുകളുണ്ട്, ഞാൻ സന്തോഷവാനാണ് കുറച്ചു നാൾ കഴിഞ്ഞു എനിക്ക് ഒരു സൈക്കിൾ മാത്രമേയുള്ളൂ, അപ്പോഴും ഞാൻ സന്തോഷം കണ്ടെത്താൻ സാധിക്കണം. എനിക്ക് രണ്ട് വീടുകളുണ്ട്, ഞാൻ സന്തോഷവാനാണ് പക്ഷേ ഇപ്പോൾ ഞാൻ ഒരു മുറിയിലാണ് താമസിക്കുന്നത്, എങ്കിലും ഞാൻ സന്തോഷവാനാണ്. ഇതാണ് മാനസിക സന്തുലിതാവസ്ഥ: "അതില്ലാതെയും എനിക്കു ജീവിക്കാൻ സാധിക്കും ഞാൻ ഒന്നിനും അടിമയല്ല, എന്റെ സന്തോഷം ബാഹ്യമായ വസ്തുക്കളിൽ ആശ്രയിച്ചല്ല നിലകൊള്ളുന്നത്".

ഈ വിഷയത്തിൽ വളരെ നല്ല ഒരു ഉദാഹരണം ഞാൻ നിങ്ങളുമായി പങ്കിടാൻ ആഗ്രഹിക്കുന്നു, മിക്കവാറും എല്ലാ മതങ്ങളിലും ഉപവാസം ആചരിക്കാറുണ്ട്. ഒട്ടു മിക്ക മത വിശ്വാസികളും വർഷത്തിൽ ഒരിക്കലെങ്കിലും, ഏകദേശം 45 ദിവസത്തോളം ഉപവസിക്കാറുണ്ട്. യഥാർത്ഥത്തിൽ, ഉപവാസത്തിന്റെ ഉദ്ദേശ്യം എന്താണ്? എന്റെ കാഴ്ചപ്പാടിൽ മൂന്ന് പ്രധാന ഉദ്ദേശങ്ങൾ ഉണ്ട്:

1) വിശപ്പിനെ സ്വയം അറിയുക. അതെ, വിശപ്പിനെ നേരിടുന്നതാണ് ജീവിതത്തിലെ ഏറ്റവും പ്രയാസമേറിയ വെല്ലുവിളി എന്ന തിരിച്ചറിവ് ഉണ്ടാവാൻ. നമുക്കറിയാം, ലോകമെമ്പാടും പട്ടിണി മൂലം മരിക്കുന്ന ആയിരക്കണക്കിന് കുട്ടികൾ ഉണ്ട്, പക്ഷേ നമ്മൾ ഈ യാഥാർത്ഥ്യവുമായി ബന്ധപ്പെടുന്നില്ല. അതുകൊണ്ടാണ് നാം ഭക്ഷണം വലിച്ചെറിയുന്നത്, കാരണം നമ്മൾ ഒരിക്കലും വിശന്നിരിന്നിട്ടില്ല, ജീവിതത്തിൽ വിശപ്പ് അനുഭവിച്ച ഒരാൾ ഒരിക്കലും ഭക്ഷണം വലിച്ചെറിയുകയില്ല. ഭക്ഷണം വലിച്ചെറിയുമ്പോൾ അയാൾ കാണുന്നത് വിശന്നു കരയുന്ന കുട്ടികളുടെ മുഖമായിരിക്കും.

   വിശപ്പിനെക്കുറിച്ച് നമ്മൾക്കറിയാം; അതൊരു അറിവാണ്. പക്ഷേ നാം വിശന്നിരിക്കുമ്പോൾ, പട്ടിണി കിടക്കുമ്പോൾ നാം അത് അനുഭവിക്കുകയാണ്, പ്രാവർത്തികമാക്കുകയാണ്, അനുഭവത്തിന് അറിവിനേക്കാൾ കൂടുതൽ ശക്തിയുണ്ട്, അതിനാൽ വിശന്നുവലയുന്ന ഒരു ജീവിയെ കാണുമ്പോൾ നാം ആ അവസ്ഥ മനസ്സിലാക്കുന്നു.

2) നമ്മൾ ഒന്നിനോടും അടിമപ്പെട്ടിട്ടില്ല എന്ന് സ്വയം ഉറപ്പുവരുത്തുക.

   നോമ്പെടുക്കുമ്പോൾ തീർച്ചയായും നമ്മുടെ ശീലങ്ങൾ മാറും. അതേ, നമ്മുടെ ക്രമങ്ങൾ, രീതികൾ എല്ലാം താത്കാലികമായി മാറുന്നു, പക്ഷേ പരിഭ്രാന്തരാകാതിരിക്കാൻ നമ്മൾ ശ്രമിക്കുന്നു, അത് നമ്മളുടെ സാധാരണ ജീവിതത്തെ ബാധികാതിരിക്കാൻ നാം ശ്രമിക്കുന്നു.

"ഇതില്ലാതെ എനിക്ക് ജീവിക്കാൻ കഴിയും, എന്റെ ജീവിതം അതിനെ മാത്രം ആശ്രയിച്ചല്ല മുന്നോട്ടുപോകുന്നത്" എന്ന് നാം സ്വയം മനസിലാക്കുന്നു, സ്വയം നിയന്ത്രിക്കാനുള്ള കഴിവ് മെച്ചപ്പെടുത്തുന്നതിന് ഇത് വളരെ നല്ലതാണ്. എന്റെ ജീവിതത്തിൽ മാറ്റങ്ങൾ സംഭവിക്കാം, എനിക്ക് എന്നെത്തന്നെ നിയന്ത്രിക്കാനും എല്ലാം മറികടക്കാനും കഴിയും. ദേഷ്യമോ വിഷാദമോ ഉണ്ടാവില്ല.

3) ശരീരാരോഗ്യം, ഉപവാസം ശരീര ശുദ്ധികരണത്തിനു സഹായമാകും എന്ന് നമ്മൾക്ക് അറിയാം.

ഇപ്പോൾ മാനസിക സന്തുലിതാവസ്ഥ എന്താണ് എന്ന് എല്ലാവർക്കും മനസ്സിലായിക്കാണും എന്ന് പ്രതീഷിക്കുന്നു.

നിങ്ങൾക്ക് ഒരു ആത്മീയ ഗുരുവിനെ ആശ്രയിക്കണമെന്നുണ്ടെങ്കിൽ, ആദ്യം തന്നെ രണ്ട് തരത്തിലുള്ള ഗുരുക്കന്മാർ ഉണ്ട് എന്ന് അറിയേണ്ടതുണ്ട്. ആത്മീയ ഗുരുവും, യോഗ ഗുരുവും.

ഒരു യോഗ ഗുരു തീർച്ചയായും ഒരു ആത്മീയ ഗുരു കൂടിയാണ്. കാരണം യോഗ ഒരു ആത്മീയ പരിശീലനമാണ്. എന്നാൽ ഒരു ആത്മീയ ഗുരു യോഗിയായിരിക്കണമെന്നില്ല. ഈ അർത്ഥത്തിൽ, നാം പല തെറ്റിദ്ധാരണയിലും അകപ്പെടുന്നു.

ഒരു യോഗ ഗുരു നമ്മെ പഠിപ്പിക്കുന്നു: “നാമെല്ലാവരും ഒരുപോലെയാണ്, ഇവിടെ ആരും പ്രത്യേകതയുള്ളവരല്ല. ഇവിടെ ആരും മികച്ചവരും, മോശക്കാരും അല്ല. നാം യോഗ പരിശീലിക്കുമ്പോൾ, നമ്മൾക്ക് എല്ലാവർക്കും ഉള്ള ശരീരവും, മനസും, ആത്മാവും ഒന്നിപ്പിക്കുവാനാണ് ശ്രമിക്കുന്നത്. ഒരു പക്ഷേ ശാരീരിക വൈയ്കല്യങ്ങൾ, മാനസിക വൈകല്യങ്ങൾ ഉണ്ടായിരിക്കാം, പക്ഷേ അത് ഒരിക്കലും നമ്മുടെ ആത്മാവിനെ ബാധിക്കുന്നില്ല, നമ്മുടെ വിശ്വാസത്തെ ബാധിക്കുന്നില്ല, അത് കൊണ്ട് തന്നെ ആത്മീയ പരിശീലനമായ യോഗയിൽ നാം എല്ലാം ഒന്നാണ്.

യോഗയിൽ നാം നമ്മുടെ കഴിവുകൾ അല്ല ഉപയോഗപ്പെടുത്തുന്നത്, മറിച്ച് നമ്മുടെ വിശ്വാസമാണ്. നമുക്കെല്ലാവർക്കും കഴിവുകൾ ഉണ്ട്, അതില്ലാതെ ആരും ഈ ലോകത്തിൽ ജനിക്കുന്നില്ല... നാം നമ്മുടെ കഴിവിന്റെ അടിസ്ഥാനത്തിൽ പ്രവർത്തിച്ചാൽ, അത് വ്യത്യസ്തമായിരിക്കും, ഉദാഹരണത്തിന്, “ആഗ്രഹമുണ്ടെങ്കിൽ പോലും, എനിക്ക് ശ്രീ യേശുദാസിനെ പോലെ പാടുവാൻ കഴിയില്ല.” അത് കൊണ്ട്, ഒരു യോഗ ക്ലാസിൽ നാം കഴിവ് കൊണ്ട് പ്രവർത്തിക്കുന്നില്ല, നിങ്ങൾ ശരീരം, മനസ്സ്, ആത്മാവ് എന്നിവ ഉപയോഗിച്ച് പ്രവർത്തിക്കുന്നു. പോരായ്മകൾ ഉണ്ടെങ്കിൽ അത് പരിശീലിക്കുന്നതിലൂടെ ആർക്കും നേടാവുന്നതാണ്.

നിങ്ങളെ സ്വയം കണ്ടെത്താൻ നിങ്ങളുടെ ഒരു വഴികാട്ടി മാത്രമാണ് യോഗ ഗുരു.

യോഗയും ധ്യാനവും ചെയ്യുമ്പോൾ നിങ്ങൾ ബന്ധപ്പെടുന്ന ശരീരവും മനസ്സും ആത്മാവും നിങ്ങളുടേതാണ്. നിങ്ങൾ ഗുരുവിന്റെ ആത്മാവുമായി ബന്ധപ്പെടില്ല. പുറത്ത് നിന്ന് ഒന്നും വരുന്നില്ല.

നമ്മൾ ജനിക്കുമ്പോൾ നമുക്കെല്ലാവർക്കും നമ്മുടെ ആത്മാവുമായി ബന്ധമുണ്ട്, അതുകൊണ്ടാണ് കുഞ്ഞുങ്ങൾ നിഷ്കളങ്കരയിരിക്കുന്നത്. പിന്നീട് നാം വളരുമ്പോൾ നാം അറിയാതെ തന്നെ ആ ബന്ധം വിച്ഛേദിക്കപ്പെട്ടു, ഇപ്പോൾ നമ്മൾ വീണ്ടും ബന്ധിപ്പിക്കാൻ ശ്രമിക്കുന്നു.

അപ്പോൾ എല്ലാം നിങ്ങളുടേതാണ്... നിങ്ങൾക്ക് അങ്ങനെ തോന്നുന്നുവെങ്കിൽ, തീർച്ചയായും നിങ്ങൾ നിങ്ങളുമായി ബന്ധപ്പെടും... അത് നേടുന്നതിന് നിങ്ങളുടെ ആഗ്രഹങ്ങൾ വളരെ പ്രധാനമാണ്. ഒരു ഡോക്ടർ, ഒരു എഞ്ചിനീയർ, ഒരു അഭിഭാഷകൻ, ഒക്കെ ആയി തീരുന്നത് അവരുടെ ബുദ്ധിയും ഓർമശക്തിയും, പഠനവും കൊണ്ട് മാത്രമല്ല, എല്ലാറ്റിനുമുപരിയായി അവരുടെ അതിയായ ആഗ്രഹം കൊണ്ടാണ്.

അതുകൊണ്ടാണ് യോഗ പറയുന്നത്: നിങ്ങൾ തന്നെയാകുന്നു നിങ്ങളുടെ യജമാനൻ.

അതിനാൽ, ആഗ്രഹമാണ് ആദ്യം. സത്യം കണ്ടെത്തുവാനും, ആ സത്യത്തിൽ ജീവിക്കാനും ഉള്ള അതിയായ ആഗ്രഹം. ഞാൻ ആവർത്തിക്കുന്നു: യോഗ എല്ലാവർക്കും വേണ്ടിയുള്ളതാണ്, യോഗയുടെ ശക്തി എല്ലാവർക്കും വേണ്ടിയുള്ളതാണ്. ഇതിനർത്ഥം യോഗ പരിശീലിക്കുന്ന ഏതൊരാൾക്കും സ്വന്തം ശക്തിയും സിദ്ധികളും ലഭിക്കും എന്നാണ്. ഇതൊരു പൊതു ശക്തിയാകുന്നു, സ്വകാര്യ ശക്തിയല്ല... പക്ഷേ സിദ്ധികളെക്കുറിച്ച് ചിന്തിക്കാതെ നിങ്ങൾ പരിശീലിക്കണം.

യോഗികൾ വളരെ കഠിനാധ്വാനികളാണ്, മടിയന്മാരല്ല. സമയം കണ്ടെത്തുക, സ്വയം വിശ്വസിക്കുക, പരിശീലിക്കുക. നിങ്ങളുടെ സമാധാനം നിങ്ങൾ കണ്ടെത്തും, തീർച്ച.

പ്രപഞ്ച നിയമങ്ങൾ

നമ്മുടെ ജീവിതം ഈ പ്രപഞ്ചവുമായി ബന്ധപ്പെട്ടു കിടക്കുന്നതു മൂലം, പ്രപഞ്ച നിയമങ്ങൾ നമ്മൾ മനസിലാക്കിയിരിക്കേണ്ടത് വളരെ പ്രധാനപ്പെട്ട ഒന്നാണ്. കാലങ്ങൾ കടന്നുപോയാലും ഈ നിയമങ്ങൾക്ക് യാതൊരു മാറ്റവും സംഭവിക്കുന്നില്ല. അതിൽ ചിലതു ഞാൻ ഇവിടെ നിങ്ങളുമായി പങ്കുവെക്കുന്നു.

'ഒന്നും സൗജന്യമല്ല'

സത്യത്തിൽ ഈ ലോകത്തിൽ ഒന്നും തന്നെ സൗജന്യമല്ല, എന്തു കൊണ്ടാണ് ഇങ്ങനെ പറയുന്നത് എന്ന് നമുക്ക് നോക്കാം.

സാധാരണയായി നമ്മൾ 'ഫ്രീ' എന്ന വാക്ക് എവിടെയാണ് കാണുന്നത്? മിക്കവാറും വാണിജ്യമായി ബന്ധപെട്ടു, അല്ലേ? ആരെങ്കിലും സൗജന്യം എന്ന് പറയുമ്പോൾ, നമ്മൾ പണം നൽകേണ്ടതില്ല, അല്ലെങ്കിൽ പകരം മറ്റെന്തെങ്കിലും നൽകേണ്ടതായിട്ടില്ല എന്ന് നാം മനസ്സിലാക്കുന്നു. എന്നാൽ യഥാർത്ഥത്തിൽ അതൊരു തെറ്റിദ്ധാരണയാണ്, ഉദാഹരണത്തിന്, നമ്മൾ എന്തെങ്കിലും വാങ്ങുന്നു, അതിന്റെ കൂടെ ആണ് എന്തെങ്കിലും സൗജന്യമായി ലഭിക്കുന്നത്. പക്ഷേ ആദ്യം നമ്മൾ എന്തെങ്കിലും വാങ്ങണം, അല്ലേ? അതിനാൽ അത് യഥാർത്ഥത്തിൽ സൗജന്യമല്ല. നിങ്ങൾ ഒന്ന് ചിന്തിച്ചു നോക്കൂ.

ഇനി നമുക്ക് മറ്റു തരത്തിലുള്ള സൗജന്യങ്ങൾ ഒന്ന് നോക്കാം; ഒരു സൗജന്യകോഴ്സ്, സൗജന്യ സിനിമ, സൗജന്യ യോഗ ക്ലാസ്, സൗജന്യ ഭക്ഷണം, സത്യത്തിൽ ഇവ ഒന്നും തന്നെ സൗജന്യമല്ല... കാരണം നിങ്ങൾ അവിടെ പോയി നിങ്ങളുടെ സമയം ചെലവഴിക്കണം.

തീർച്ചയായും നിങ്ങൾ പണം നൽകുന്നില്ല, പക്ഷേ നിങ്ങൾ നിങ്ങളുടെ സമയം നൽകുന്നു. എന്തെ, നിങ്ങളുടെ സമയത്തിന് വിലയില്ലേ?, സമയമാണ് ജീവിതത്തിലെ ഏറ്റവും വിലപ്പെട്ട ഒന്ന്. പണം കൊണ്ട് ഭൂതകാലം തിരിച്ചുപിടിക്കാൻ കഴിയില്ല. സങ്കൽപ്പിക്കുക, നിങ്ങൾ തെരുവിലൂടെ നടന്നു പോകുന്നു, ആരെങ്കിലും ഒരു പബ്ലിസിറ്റിക്കു വേണ്ടി നിങ്ങൾക്ക് സൗജന്യമായി ഒരു പേന തരുന്നു. അത് സൗജന്യമാണ് എന്ന് കരുതി നിങ്ങൾ സ്വികരിക്കുന്നു, പക്ഷേ നിങ്ങൾക്ക് തെറ്റി, നിങ്ങൾ 2 മിനിറ്റ് അവിടെ നിന്നു. നിങ്ങൾ നിങ്ങളുടെ ജീവിതത്തിൽ നിന്നും നൽകിയ നിമിഷങ്ങൾ ആണ് അത്. വേണമെങ്കിൽ നമുക്ക് അതിനെ ഉപഹാരം, സമ്മാനം എന്ന് വിളിക്കാം. നിങ്ങൾ ഒന്ന് ചിന്തിച്ചു നോക്കുക, നാം അറിഞ്ഞോ അറിയാതെയോ എപ്പോഴും ഒരു കൈമാറ്റം സംഭവിക്കുന്നുണ്ട്. ഒന്നും തന്നെ സൗജന്യമായി ലഭിക്കുന്നില്ല.

ഇനി മറ്റൊരു സാഹചര്യം നോക്കാം. ഇത് സമയത്തിന്റേയോ പണത്തിന്റേയോ കാര്യമല്ല, ഒരു സുഹൃത്ത് നിങ്ങൾക്ക് ഒരു ചെടി സൗജന്യമായി തരാൻ ആഗ്രഹിക്കുന്നു, അയാൾ നിങ്ങളെ വിളിക്കുന്നു. നിങ്ങൾ വീട്ടിലില്ല, നിങ്ങളെ ഫോണിൽ വിളിക്കുന്നു, നിങ്ങളുടെ വീട്ടുവാതിൽക്കൽ ചെടിവച്ചോളാൻ നിങ്ങൾ അയാളോട് പറയുന്നു, നിങ്ങൾ തിരികെ വരുമ്പോൾ നിങ്ങൾ അത് എടുക്കും. അയാൾ അത് നിങ്ങളുടെ വാതിൽക്കൽ വച്ചിട്ട് പോകുന്നു... പിന്നീട് നിങ്ങൾ വീട്ടിലെത്തി അത് അകത്തേക്ക് കൊണ്ടുപോയി. ആ ചെടിക്ക് നിങ്ങളുടെ വീട്ടിൽ ഒരു സ്ഥലം നിങ്ങൾ നല്കുന്നു, അപ്പോൾ അത് സൗജന്യമാണോ? സത്യത്തിൽ സൗജന്യമല്ല. ഇതൊരു സാർവത്രിക നിയമമാണ്: ഒന്നും സൗജന്യമല്ല, എപ്പോഴും കൈമാറ്റമുണ്ട്. പക്ഷേ അത് നമ്മൾ മനസിലാക്കാതെ പോകുന്നു. ഇനി നിങ്ങൾ ആഗ്രഹിക്കുന്ന, അല്ലെങ്കിൽ കരസ്ഥമാക്കാൻ ഉദ്ദേശിക്കുന്ന ഒരു വസ്തു നിങ്ങൾക്ക് ആരെങ്കിലും വെറുതെ നൽകുകയാണെങ്കിൽ, അത് ഒരു ഉപഹാരം ആകുന്നു, അല്ലാതെ സൗജന്യം അല്ല.

ഇനി വിഷയത്തിലേക്കു കടക്കാം, നമ്മുടെ തിരക്കേറിയ ജീവിതത്തിൽ പലപ്പോഴും നാം വിട്ടുകൊടുക്കാൻ മറന്നുപോകുന്നു, അല്ലെങ്കിൽ തയ്യാറാകുന്നില്ല, ത്യാഗം ചെയ്യാൻ നമ്മൾ പഠിക്കണം. നമ്മളിൽ പലർക്കും എങ്ങനെ വിട്ടുകൊടുക്കണം... എങ്ങനെ മുന്നോട്ടു പോകണം എന്ന് അറിയില്ല. വിട്ടുകൊടുക്കുക എന്നത് വളരെ പ്രധാനമാണ്, അല്ലാത്തപക്ഷം നമുക്ക് ജീവിതത്തിൽ മുന്നോട്ട് പോകാൻ കഴിയില്ല.

നാം ദിനംപ്രതി ഒരുപാട് കാര്യങ്ങൾ സ്വായത്തമാക്കുന്നു, പക്ഷേ നമ്മൾ ഒന്നും ഉപേക്ഷിക്കുന്നില്ല, ഉപേക്ഷിക്കാൻ തയ്യാറാകുന്നില്ല.

നമ്മൾ ഇതിനെക്കുറിച്ച് ബോധവാന്മാരല്ല. ഉദാഹരണത്തിന്: വർഷങ്ങൾക്കു മുൻപ് എനിക്ക് ഒരു ഇമെയിൽ മാത്രമേ ഉണ്ടായിരുന്നുള്ളൂ.. yahoo, പിന്നീട് ഞാൻ ഒന്ന് കൂടി ചേർത്തു ...Hotmail, പിന്നീട് ഞാൻ ഒന്ന് കൂടി ചേർത്തു, Gmail. പിന്നെ FaceBookൽ ചേർന്നു, പക്ഷേ ഒന്നും ഉപേക്ഷിക്കുവാൻ തയ്യാറായില്ല, ഇപ്പോൾ Whatsapp, Twitter, Instagram തുടങ്ങി എല്ലാമുണ്ട്. എല്ലാം ഉപയോഗിക്കുന്നു, "ഒന്നും നഷ്ടപെടരുത്, ജീവിതത്തിൽ എല്ലാം നേടണം" അതാണ് ഞാൻ ചെറുപ്പം മുതലേ പഠിച്ചത്. എന്നെ പഠിപ്പിച്ചത്. ത്യാഗം ചെയ്യാൻ, ഉപേക്ഷിക്കാൻ, വിട്ടുകൊടുക്കാൻ നമ്മെ ആരും പഠിപ്പിച്ചില്ല. അത് എത്ര മാത്രം പ്രധാനമാണ് എന്ന് ആരും പറഞ്ഞുതന്നില്ല.

ഒരു സത്യം നമ്മൾ മനസിലാക്കാതെ പോകുന്നു, ഒരു ദിവസം 24 മണിക്കൂർ എന്നത് ഇപ്പോഴും 24 മണിക്കൂറാണ്, ഈ യാഥാർത്ഥ്യം ഓർക്കാതെ നാം ദിനചര്യയിൽ കൂടുതൽ കൂടുതൽ കാര്യങ്ങൾ ചേർക്കുന്നു. "പാവം ജനങ്ങൾ ഇപ്പോൾ അവരുടെ ജീവിതത്തിൽ കൂടുതൽ കാര്യങ്ങൾ ചെയ്യുന്നുണ്ട്, അതുകൊണ്ടു, ഒരു ദിവസം എന്നുള്ളത്, 24-ൽ നിന്ന് 26- മണിക്കൂർ ആക്കാം" എന്ന് ഒരു ദൈവവും പറയില്ല; "ആഴ്ചയിൽ ഒരു അവധി ദിവസം കൂടി നൽകാം, അങ്ങനെ പാവം ജനങ്ങൾ അവരുടെ ഫേസ്ബുക്ക്, ഇൻസ്റ്റാഗ്രാം ഒക്കെ സമാധാനത്തോടെ നോക്കട്ടെ" എന്ന് ഒരു സർക്കാരും പറയില്ല.

നമ്മൾ ദിനംപ്രതി കൂടുതൽ കൂടുതൽ കാര്യങ്ങൾ ചേർക്കുന്നു, പക്ഷേ ഒന്നും ഉപേക്ഷിക്കുന്നില്ല. ഒടുവിൽ "എനിക്ക് മാനസിക സമ്മർദ്ദമുണ്ട്" എന്ന് നിങ്ങൾ പരാതിപ്പെടുന്നു, എങ്ങനെ സമ്മർദ്ദവും ഉത്കണ്ഠയും ഉണ്ടാകാതിരിക്കും?

ഒരു വള്ളിയെ വിട്ട് മറ്റൊന്നിനെ മുറുകെപ്പിടിച്ച് മുന്നോട്ട് നീങ്ങുന്ന കുരങ്ങന്മാരെപ്പോലെ മുന്നോട്ടു പോകുവാൻ നമ്മൾ പഠിക്കണം.

നമ്മൾ ഒരു വലിയ തെറ്റിദ്ധാരണയിൽ ജീവിക്കുന്നു: ജീവിതത്തിൽ നാം എന്തെങ്കിലും കരസ്ഥമാക്കുമ്പോൾ, അതിന്റെ പിന്നിലുള്ള നഷ്ടങ്ങളെ കുറിച്ച് നാം ബോധവാന്മാരല്ല. നമ്മൾ എല്ലായ്പ്പോഴും വിജയിക്കുന്നു, നേടുന്നുവെന്ന് വിശ്വസിക്കുന്നു. അതേ സമയം നമ്മൾക്ക് നഷ്ടമാകുന്നത് നാം ശ്രദ്ധിക്കുന്നില്ല, ഒരുപക്ഷേ പ്രധാനപ്പെട്ട എന്തെങ്കിലും ആയിരിക്കാം അത്. നമ്മുടെ ജീവിതത്തിലെ ചില ഘട്ടങ്ങളിൽ, നമ്മൾ അത് തിരിച്ചറിയുമ്പോൾ, നമുക്ക് കുറ്റബോധം തോന്നുകയോ വിഷാദത്തിലേക്ക് വീഴുകയോ ചെയ്യാം. അതുകൊണ്ട് നമുക്ക് രണ്ട് വഴികളുണ്ട്: ഒന്ന്, നമുക്ക് എന്തെങ്കിലും ലഭിക്കുമ്പോൾ അല്ലെങ്കിൽ നാം കരസ്ഥമാക്കുമ്പോൾ, അതിന്റെ പിന്നിൽ ഉള്ള നഷ്ടത്തെ,

അല്ലെങ്കിൽ ത്യാഗത്തെ കുറിച്ച് നാം പൂർണ്ണ ബോധവാന്മാരായിരിക്കുക. രണ്ടാമത്തെ വഴി: ഈ യാഥാർത്ഥ്യത്തെ മാറ്റി നിർത്തുക എന്നതാണ്. അപ്പോൾ ഏതാണ് നല്ലത്?... തീർച്ചയായും ആദ്യത്തേത്, എന്തെങ്കിലും ലഭിക്കുമ്പോൾ നഷ്ടപ്പെടുന്നതെന്താണെന്ന് നമുക്ക് പൂർണ്ണ ബോധ്യമുണ്ടെങ്കിൽ, ഭാവിയിൽ വലിയ വിഷാദത്തിന്റെയോ കുറ്റബോധത്തിന്റെയോ കഠിനമായ പ്രഹരം നമുക്ക് ഒഴിവാക്കാനാകും.

ഒരിക്കൽക്കൂടി നമുക്ക് ആ നിയമം ഓർക്കാം: ഒന്നും സൗജന്യമല്ല !.

'ഒന്നും എളുപ്പമല്ല'

നമ്മൾ സ്ഥിരം പറയാറുള്ള ഒരു വാചകമാണ് "എന്ത് എളുപ്പമാണ്" എന്ന്. പക്ഷേ വാസ്തവത്തിൽ ഒന്നും തന്നെ എളുപ്പമല്ല. എന്തുകൊണ്ടാണ് ഞാൻ ഇങ്ങനെ പറയുന്നത് എന്ന് നോക്കാം.

അമിതമായ പ്രയത്നമോ ബുദ്ധിമുട്ടോ ഇല്ലാതെ നമ്മൾ ചില പ്രവർത്തനങ്ങളോ ചലനങ്ങളോ ചെയ്യുമ്പോൾ, അത് എളുപ്പമാണെന്ന് നമ്മൾ പറയുന്നത്, അല്ലേ?. എന്നാൽ ജീവിതത്തിൽ എല്ലാം തന്നെ ബുദ്ധിമുട്ടാണ്. എന്തെങ്കിലും എളുപ്പമാണെന്ന് നമ്മൾക്ക് തോന്നിയാൽ, അത് നമ്മൾ ശീലമാക്കിയത് കൊണ്ടോ അല്ലെങ്കിൽ നമ്മൾ അത് വളരെയധികം പരിശീലിച്ച കഴിഞ്ഞത് കൊണ്ടോ മാത്രമാണ്.

ഒരു ഉദാഹരണം: വെറുതെ ഇരുന്ന ഭക്ഷണം കഴിക്കുക. ഈ ലോകത്തിൽ വളരെ എളുപ്പം ചെയ്യാൻ പറ്റുന്ന ഒരു കാര്യം. നിങ്ങൾ പാചകം ചെയ്യുന്നില്ല, വിളമ്പുന്നില്ല. ഭക്ഷണം മേശപ്പുറത്ത് വച്ചിട്ടുണ്ട്, നിങ്ങൾ ഇരുന്ന കഴിക്കുക മാത്രം ചെയ്താൽ മതി, എന്ത് എളുപ്പമുള്ള കാര്യമാണ് എന്ന് നിങ്ങൾ കരുതും, സ്വാഭാവികം. പക്ഷേ ഞാൻ ഉറപ്പിച്ചപറയുന്നു, ഒരു ഘട്ടത്തിൽ, ഇത് നിങ്ങളുടെ ജീവിതത്തിലെ ഏറ്റവും ബുദ്ധിമുട്ടുള്ള കാര്യമായിരുന്നു. ഒരു കൊച്ചു കുട്ടിയെ നമുക്ക് ഒന്ന് വീക്ഷിക്കാം, ആ കുട്ടി ഭക്ഷണം കഴിക്കാൻ എത്ര മാത്രം കഷ്ടപ്പെട്ടാണ് പഠിക്കുന്നത് എന്ന് നമുക്ക് കാണുവാൻ സാധിക്കും, ചവയ്ക്കുക, വിഴുങ്ങുക, കുടിക്കുക, ഒരു സ്പൂൺ കൈകൊണ്ട് പിടിക്കുക ഇതെല്ലാം എത്രയോ തവണ ആവർത്തിച്ചതിനു ശേഷമാണ് എളുപ്പമാവുന്നത്. അതുപോലെ തന്നെ കുട്ടികൾ നടക്കാൻ പഠിക്കുമ്പോൾ. നമ്മൾ എത്ര തവണ വീണു? ഇപ്പോൾ നടത്തം വളരെ എളുപ്പമാണെന്ന് തോന്നുന്നു, അല്ലേ?

ഒരു കാര്യം എളുപ്പമാണ് എന്ന് തോന്നുന്നെങ്കിൽ, നമ്മൾ പല തവണ പോരാടുകയും പരിശീലിക്കുകയും ചെയ്തതുകൊണ്ടാണ്. നമ്മൾ അത് ശീലമാക്കിയിരിക്കുന്നു എന്ന് അർത്ഥം. പക്ഷേ ഭൂരിഭാഗം ആളുകളും ഈ യാഥാർത്ഥ്യം മറന്നു പോകുന്നു, മുൻകാലങ്ങളിൽ നമ്മൾ നടത്തിയ മഹത്തായ പരിശ്രമവും അർപ്പണബോധവും നാം മറക്കുന്നു.

എന്റെ ക്ലാസുകളിൽ ഞാൻ സ്ഥിരം കേൾക്കുന്ന ഒരു വ്യാഖാനം ഉണ്ട് "ഇത് വളരെ ബുദ്ധിമുട്ടാണ്. " എന്ന്. അതെ, എല്ലാം ബുദ്ധിമുട്ടാണ്, ഒന്നും എളുപ്പമല്ല. നമ്മൾ പരിശീലിക്കണം. ആത്മവിശ്വാസത്തോടെ, ക്ഷമയോടെ. ശാരീരിക ചലനങ്ങൾ മാത്രമല്ല, മനസ്സും തത്വശാസ്ത്രവും. പരിശീലിക്കാൻ ഏറ്റവും പ്രയാസമുള്ള കാര്യങ്ങളിലൊന്നാണ് തത്വ ശാസ്ത്രം. നിങ്ങളുടെ മനസ്സ് തത്ത്വചിന്തയിലേക്ക് ശീലമാക്കുക. നല്ല ചിന്തകൾ ശീലിക്കാം. നിങ്ങളുടെ ചിന്തകൾ നെഗറ്റീവ് ആണെങ്കിൽ, അവയെ പോസിറ്റീവ് ആയി മാറ്റുക. സ്ഥിരമായി പരിശീലിക്കുക. പോസിറ്റീവ് പ്രകമ്പനങ്ങൾക്കായി ശ്രമിക്കുക. സന്തുലിതാവസ്ഥയി ലായിരിക്കുവാൻ പരിശീലിക്കുക.

പൊതുവേ നമ്മൾ ഒരുപാട് നല്ല കാര്യങ്ങൾ കേൾക്കുകയും വായി ക്കുകയും ചെയ്യുന്നു, പക്ഷേ അത് ജീവിതത്തിൽ പ്രാവർത്തികമാക്കാൻ, സ്വയം പരിശീലിക്കാൻ കഴിയാതെ വരുന്നു... "അയ്യോ! അത് വളരെ ബുദ്ധിമുട്ടാണ്, എന്നെ കൊണ്ട് സാധിക്കില്ല"

എന്നൊക്കെ പറയുന്നു. ഓർക്കുക... ജീവിതത്തിൽ ഒന്നും തന്നെ എളുപ്പമല്ല.

ക്ഷമയാണ് യോഗയുടെ അടിത്തറ, ക്ഷമയുണ്ടെങ്കിൽ യോഗ പരി ശീലിക്കാം... യോഗ പരിശീലിച്ചാൽ ക്ഷമ കരസ്ഥമാക്കാം.

'എല്ലാം തികഞ്ഞവരായി ആരുമില്ല'

എല്ലാം തികഞ്ഞവരായി ആരുമില്ല, ആരും സമ്പൂർണ്ണരല്ല, എന്തു കൊണ്ടാണ് ഇങ്ങനെ പറയുന്നത്. അതൊന്നു നമുക്ക് നോക്കാം.

ഒരു ഉദാഹരണം: ഒരു യോഗാധ്യാപകൻ എന്ന നിലയിൽ ഞാൻ തികഞ്ഞവനായിരിക്കാം അല്ലെങ്കിൽ ഒരു തെറാപ്പിസ്റ്റ് എന്ന നിലയിൽ തികഞ്ഞവനായിരിക്കാം, പക്ഷേ അത് ഒരു സുഹൃത്ത് എന്ന നില യിലായിരിക്കണമെന്നില്ല. ഒരുപക്ഷേ ഞാൻ എന്റെ മകൾക്ക് ഒരു തികഞ്ഞ പിതാവായിരിക്കാം, പക്ഷേ എന്റെ ഭാര്യക്ക് ഭർത്താവ് എന്ന നിലയിലാക്കണമെന്നില്ല, ഒരു പക്ഷേ എന്റെ അമ്മയ്ക്കു ഒരു മകനെന്ന നിലയിൽ പൂർണനാകാം, പക്ഷേ ഒരു സഹോദരനെന്ന നിലയിൽ ഞാൻ പൂർണനല്ലായിരിക്കാം, ഒരു അയൽക്കാരൻ എന്ന നിലയിൽ പൂർണനാകാം, പക്ഷേ ഒരു പൗരൻ എന്ന നിലയിൽ പൂർ ണനല്ലായിരിക്കാം.

നമ്മുടെ ജീവിതത്തിന്റെ വിവിധ മേഖലകളിൽ നമ്മുടെ സാന്നിധ്യം വിശകലനം ചെയ്യുകയും, ഏതാണ് മെച്ചപ്പെടുത്തേണ്ടത് എന്ന് സ്വയം കണ്ടെത്തുകയും ചെയ്യേണ്ടതു വളരെ പ്രധാനപ്പെട്ട ഒന്നാണ് എന്ന്

ഞാൻ കരുതുന്നു. എല്ലാ മേഖലയിലും നമ്മുടെ ഇടപെടലുകൾ മെച്ചപ്പെടുത്താൻ നാം ശ്രമിച്ചുകൊണ്ടിരിക്കണം. അതിനു സ്വയം വിശകലനം ചെയ്യുന്നത് വളരെ നല്ലതാണ്.

യോഗയിലൂടെ നാം സ്വയം വിശകലനം ചെയ്യുവാനും, നമ്മുടെ അപൂർണതകൾ വ്യക്തമായി കാണുവാനും അങ്ങനെ നമ്മളുടെ കുറവുകൾ പരിഹരിക്കുവാനും സാധിക്കുന്നു, അതിനു വളരെ ശക്തമായ ഒരു ഉപകരണം നാം ഉപയോഗിക്കുന്നു. എന്താണ് ആ ഉപകരണം? അതെ... ധ്യാനം, മെഡിറ്റേഷൻ.

ഞാൻ ഇത് മറ്റൊരു അധ്യായത്തിൽ വിശദീകരിച്ചു; ധ്യാനിക്കാൻ നിങ്ങൾക്ക് ഏത് രീതിയും ഉപയോഗിക്കാം: മന്ത്രം, ശ്വസനം, നിങ്ങൾക്ക് ഇഷ്ടമുള്ളത്. എന്നെ സംബന്ധിച്ചിടത്തോളം, ധ്യാനത്തിന് ശേഷമുള്ള നിമിഷങ്ങളും പ്രധാനമാണ്... ദയവായി ആ നിമിഷങ്ങൾ നഷ്ടപ്പെടുത്തരുത്. പലരും ധ്യാനം കഴിഞ്ഞാൽ ഉടനെ എഴുന്നേറ്റു പോകും. നിങ്ങളുടെ യോഗജീവിതത്തിൽ നിങ്ങൾക്ക് ചെയ്യാൻ കഴിയുന്ന ഏറ്റവും മോശമായ കാര്യമാണിതെന്ന് എന്റെ അനുഭവത്തിൽ നിന്ന് എനിക്ക് പറയാൻ കഴിയും.

ധ്യാനത്തിനു ശേഷമുള്ള നിമിഷങ്ങൾ പ്രയോജനപ്പെടുത്തുക, നിങ്ങളുടെ സാഹചര്യം വിശകലനം ചെയ്യുക, നിങ്ങൾ നിങ്ങളുടെ ജീവിതത്തിൽ എവിടെയാണ് നിൽക്കുന്നത്. നിങ്ങൾ ഒരു മകളാണ്, മകനാണ്, നിങ്ങൾ ഒരു സഹോദരിയാണ്, സഹോദരനാണ്, നിങ്ങൾ ഒരു അമ്മയാണ്, അച്ഛനാണ്, നിങ്ങൾ ഒരു ഭാര്യയാണ്, ഭർത്താവാണ്, നിങ്ങൾ ഒരു തൊഴിലാളിയാണ്. ആ വശങ്ങളിൽ ഓരോന്നും വിശകലനം ചെയ്യാൻ ആരംഭിക്കുക. എല്ലായിടത്തും ഞാൻ എങ്ങനെ പെരുമാറുന്നു, ഞാൻ എന്റെ ധർമ്മം അനുഷ്ഠിക്കുന്നുണ്ടോ?. ഞാൻ എവിടെയാണ് മെച്ചപ്പെടുത്തേണ്ടത്? സ്വയം ചോദിക്കുക, പരിശീലനത്തിലൂടെ നിങ്ങൾക്ക് ഉത്തരങ്ങൾ കണ്ടെത്താനാകും, ഉറപ്പാണ്. ഇതൊരു വലിയ ജോലിയാണ്.

ഞാൻ മുമ്പ് പറഞ്ഞതുപോലെ: നിങ്ങൾക്ക് സമാധാനത്തോടെ ജീവിക്കണമെങ്കിൽ, നിങ്ങൾ പരിശീലിക്കണം, വ്യക്തിപരമായി നിങ്ങളുടെ പുരോഗമനത്തിനായി സമയം ചെലവഴിക്കണം, ഒന്നും സൗജന്യമല്ല, നിങ്ങൾ സ്വയം വിശകലനം ചെയ്യാൻ തുടങ്ങുമ്പോൾ പല കാര്യങ്ങളും പരിഹരിക്കേണ്ടതുണ്ടെന്ന് നിങ്ങൾ കണ്ടെത്തും. അതിനായി പ്രവർത്തിക്കുക. അന്യരുടെ വ്യക്തിജീവിതങ്ങളിൽ എത്തിനോക്കുവാനോ, ഗോസിപ്പുകളുടെ പിന്നാലെ പോകുവാനോ നിങ്ങൾക്ക് ഇനി സമയമില്ല.

യോഗയിലൂടെ ഉള്ള ആത്മവിശകലനവും, യോഗയിലൂടെ അല്ലാതെയുള്ള ആത്മവിശകലനവും തമ്മിൽ എന്താണ് വ്യത്യാസം എന്ന് നമുക്ക് നോക്കാം.

തീർച്ചയായിട്ടും യോഗയിലൂടെ അല്ലാതെ നിങ്ങൾക്ക് സ്വയം വിശകലനം ചെയ്യാൻ കഴിയും, എന്നാൽ വ്യത്യാസം, ധ്യാനം കൂടാതെ നിങ്ങൾ സ്വയം വിശകലനം ചെയ്യുമ്പോൾ നിങ്ങൾക്ക് കൃത്യമായോ വ്യക്തമായോ കാണുവാൻ കഴിയില്ല, കാരണം നിങ്ങൾ അഹംഭാവത്തിന്റെ കണ്ണടയിലൂടെ ആയിരിക്കും നോക്കുക. നാം അഹംഭാവത്തിലൂടെ നോക്കുമ്പോൾ, നമ്മൾ എല്ലായ്പ്പോഴും ശരിയാണെന്ന് കരുതുന്നു; നമ്മളുടെ പ്രവർത്തികളെ സ്വയം ന്യായികരിക്കാൻ ശ്രമിക്കുന്നു, അതിനാൽ നമ്മളുടെ തെറ്റുകൾ നാം ഒരിക്കലും അംഗീകരിക്കില്ല. ഒരു പക്ഷേ നിങ്ങൾ ആരോടെങ്കിലും മാപ്പ് പറയേണ്ടതായി വന്നേക്കാം, പക്ഷേ നിങ്ങൾ അത് കാണില്ല, നിങ്ങളുടെ അഹംഭാവം നിങ്ങളുടെ മനസ്സാക്ഷിയെ മൂടും.

ഈ മഹത്തായ ജോലി നിർവഹിക്കുന്നതിലൂടെ, തീർച്ചയായും, നമ്മൾ ഒരു ശാശ്വത പരിഹാരം കണ്ടെത്തുന്നു: ആന്തരിക സമാധാനം. ഇന്ന്

രാത്രി സമാധാനത്തോടെ ഉറങ്ങാൻ മാത്രമല്ല, എല്ലാ രാത്രികളും സമാധാനത്തോടെ ഉറങ്ങാൻ നമ്മൾ ആഗ്രഹിക്കുന്നു. ഇതിനായി നമ്മൾ ആഴത്തിലേക്ക് ഇറങ്ങി ചെല്ലേണ്ടത് അത്യാവശ്യമാണ്, ഒരു ആന്തരിക പരിവർത്തനം.

എല്ലാം ഉണ്ടായിട്ടും അസംതൃപ്തരായി ജീവിക്കുന്നതിൽ എന്താണ് അർത്ഥം. ആ ഒരു അവസ്ഥകൊണ്ട് എന്ത് പ്രയോജനം? ഒരു ആഡംബര മെത്തയിൽ കിടന്നിട്ടും ഉറക്കം വരുന്നില്ലെങ്കിൽ എന്താണ് പ്രയോജനം? സംതൃപ്തനായിരിക്കുക എന്നത് വളരെ പ്രധാനമാണ്.

നമ്മുടെ ജീവിതത്തിൽ നമ്മെ വേട്ടയാടുന്ന ഏറ്റവും മോശമായ അവസ്ഥകളിലൊന്നാണ് കുറ്റബോധം. കുറ്റബോധം വിഷാദത്തിലേക്ക് നയിക്കുന്നു.

യോഗ പരിശീലിക്കുന്നതിലൂടെ നമ്മളുടെ ജീവിതത്തിൽ കുറ്റബോധം തോന്നുവാനുള്ള സാഹചര്യങ്ങൾ ഒഴിവാക്കുവാൻ സാധിക്കും, കാരണം തീരുമാനങ്ങൾ ഹൃദയത്തിൽ നിന്നാണ് വരുന്നത്, അവ ഒരിക്കലും തെറ്റില്ല. നമ്മൾ എന്താണ് ചെയ്യുന്നതെന്ന് നമുക്ക് വ്യക്തമാണ്, കാരണം അത് നമ്മുടെ മനസ്സാക്ഷിയിൽ നിന്നാണ് വരുന്നത്. അതിനാൽ, ഒരിക്കലും, നമ്മൾക്ക് കുറ്റബോധം തോന്നില്ല. ഇത് വളരെ സംതൃപ്തി നൽകുന്ന ഒരു അവസ്ഥയാണ്.

യോഗ പരിശീലിക്കുന്നതിലൂടെ നാം ജീവിതത്തിൽ വന്നു ചേരുന്ന ഫലങ്ങൾ, നല്ലതായാലും മോശമായാലും അത് അംഗീകരിക്കാൻ നാം പഠിക്കുന്നു, കാരണം, പ്രപഞ്ചത്തിൽ സംഭവിക്കുന്നതെല്ലാം അതിന്റേതായ കാരണങ്ങളാൽ സംഭവിക്കുന്നതെന്ന് യോഗികൾ വിശ്വസിക്കുന്നു.

ധർമ്മവും കർമ്മവും

ഞാൻ കർമ്മം എന്ന് പറയുമ്പോൾ, ഞാൻ ഇവിടെ ഉദ്ദേശിക്കുന്നത് നമ്മുടെ പ്രവർത്തി ആകുന്ന കർമത്തെ ആണ്.

ഞാൻ പുനർജന്മത്തെ പരാമർശിക്കുന്നില്ല. കാരണം മരണാനന്തര ജീവിതത്തെക്കുറിച്ചോ മുൻകാല ജീവിതത്തെക്കുറിച്ചോ സംസാരിക്കാൻ ഞാൻ ആഗ്രഹിക്കുന്നില്ല. മരണശേഷം സ്വർഗ്ഗവും നരകവുമുണ്ടെന്ന വിശ്വാസത്തെക്കുറിച്ചും ഞാൻ സംസാരിക്കില്ല. എല്ലാ ബഹുമാനങ്ങളോടും കൂടി, ഇവയിലോ മറ്റേതെങ്കിലും വിശ്വാസങ്ങളിലോ ഇടപെടാൻ ഞാൻ ആഗ്രഹിക്കുന്നില്ല. എന്റെ കർത്തവ്യം അതെല്ലാ. കഴിഞ്ഞ ജീവിതത്തെക്കുറിച്ചോ ഭാവിയെക്കുറിച്ചോ സംസാരിക്കാൻ ഞാൻ ഉദ്ദേശിക്കുന്നില്ല.

നിലവിലുള്ള നമ്മുടെ ജീവിതത്തെ കുറിച്ചു സംസാരിക്കാനും വർത്തമാനകാലത്ത് എങ്ങനെ സമാധാനത്തോടെ ജീവിക്കാമെന്നതിനെ കുറിച്ച് എന്റെ കാഴ്ചപ്പാട് നിങ്ങളുമായി പങ്കിടാനാണ് ഞാൻ ആഗ്രഹിക്കുന്നത്. എന്നെ സംബന്ധിച്ചിടത്തോളം ഓരോ ദിവസവും ഒരു പുതിയ ജന്മമാണ്. ഓരോ രാത്രിയും നമ്മൾ ഉറങ്ങുന്നത് ഒരു ചെറിയ മരണത്തിലേക്കാണ്, പിറ്റേന്ന് രാവിലെ നമ്മൾ ഒരു പുതിയ ജന്മം എടുക്കുന്നു.

നല്ല കർമ്മം, ചീത്ത കർമ്മം എന്നിങ്ങനെ രണ്ട് കർമ്മങ്ങളുണ്ട്. സത്യത്തിൽ, നമ്മൾ പറയാറുള്ള ഭാഗ്യവും നിർഭാഗ്യവും നമ്മൾ ചെയ്യുന്ന നല്ല കർമ്മത്തിന്റെയും മോശം കർമ്മത്തിന്റെയും ഫലങ്ങൾ ആകുന്നു, അത് നമ്മൾ തന്നെ സ്വയം തിരഞ്ഞെടുക്കുന്നു. അത് കൊണ്ട് തന്നെ, ഭാഗ്യത്തിലും നിർഭാഗ്യത്തിലും ഞാൻ വിശ്വസിക്കുന്നില്ല. അതിനു പകരം

നല്ല കർമ്മത്തിലും മോശം കർമ്മത്തിലും ഞാൻ വിശ്വസിക്കുന്നു.

അത് പോലെ തന്നെ, ധർമ്മം എന്നു പറയുമ്പോൾ ആത്മാവിന്റെ, മനസാക്ഷിയുടെ ധർമ്മം എന്നാണർത്ഥം.

ഒരു ഉദാഹരണത്തിലൂടെ ഞാൻ കർമ്മവും ധർമ്മവും വിശദീകരിക്കാം.

നിങ്ങൾ ആപ്പിൾ വിത്തുകൾ നട്ടുപിടിപ്പിച്ചാൽ, ഒരു ആപ്പിൾ മരമാണ് പുറത്തുവരുന്നത്, ഓറഞ്ച് മരമല്ല, അല്ലേ?. ശരി, നിങ്ങൾ കുറച്ച് വിത്തുകൾ നട്ടുവെന്ന് സങ്കൽപ്പിക്കുക, നിങ്ങൾ ഇപ്പോൾ എന്താണ് ചെയ്യേണ്ടത്: അവയെ പരിപാലിക്കുക, അവയ്ക്ക് വെള്ളം നൽകുക, സംരക്ഷിക്കുക... ഇതാണ് നിങ്ങളുടെ ധർമ്മം. എന്നാൽ ശ്രദ്ധിക്കുക, ഭാവിയിൽ അത് ഫലം കായ്ക്കുമെന്ന് മാത്രം ചിന്തിച്ച് നിങ്ങൾ നനച്ച് പരിപാലിക്കുകയാണെങ്കിൽ, അത് ധർമ്മമല്ല, അത് ഒരു ബിസിനസ്സ് ആയിരിക്കും. കാരണം നിങ്ങൾ തിരികെ എന്തോ പ്രതീക്ഷിച്ചു കൊണ്ടുള്ള ഒരു പ്രവർത്തി ആകുന്നു അത്. പകരം, നിങ്ങൾ പ്രകൃതിയെകുറിച്ചും അതിൽ വസിക്കുന്ന ജീവജാലങ്ങളുടെ നന്മയെക്കുറിച്ചും ചിന്തിച്ച്, നിങ്ങൾ ഒരു മരം നട്ടാൽ അത് ധർമ്മമാണ്. ഇനി അതിൽ ഫലം കായിച്ചാലും, കായിച്ചില്ലെങ്കിലും നിങ്ങളെ അത് ബാധിക്കുന്നില്ല, കാരണം നിങ്ങൾ നിങ്ങളുടെ ധർമ്മം ചെയ്തു കഴിഞ്ഞു.

ഒരു യോഗി തന്റെ ധർമ്മം അനുഷ്ഠിക്കുമ്പോൾ, അതിന്റെ ഫലവും അയാൾ അംഗീകരിക്കുന്നു, അത് ആകസ്മികമായാൽ പോലും.

ഇനി കർമ്മവും കർമഫലവും നോക്കാം.

മരം വളർന്നു, പക്ഷേ ആപ്പിളൊന്നും കായിച്ചില്ല എന്ന് സങ്കൽപ്പിക്കുക, കുഴപ്പമില്ല. നിങ്ങൾ നട്ട മരം ആസ്വദിക്കുന്ന ധാരാളം പക്ഷികളും മരത്തിന്റെ ചുവട്ടിൽ കളിക്കുന്ന കുട്ടികളും ഉള്ളതിനാൽ നിങ്ങൾ സന്തോഷവാനാണ്. വേനൽക്കാലത്ത് ഇത് തണൽ നൽകുന്നു... നിങ്ങൾ ഇതിൽ സന്തോഷിക്കുന്നു. പെട്ടെന്ന് ഒരു ദിവസം നിങ്ങളുടെ വാതിൽക്കൽ ആരോ മുട്ടുന്നു, നിങ്ങളുടെ വാതിൽക്കൽ ഒരു അയൽക്കാരൻ നിങ്ങൾക്ക് 10 കിലോ ആപ്പിൾ സമ്മാനമായി നൽകുന്നു. നിങ്ങൾക്ക് ആപ്പിൾ ലഭിച്ചു! ഇതാണ് കർമ്മ ഫലം. എപ്പോൾ, എവിടെ, എങ്ങനെ എന്ന് നമ്മൾക്ക് അറിയില്ല, പക്ഷേ നമ്മൾക്ക് അത് ലഭിക്കുമെന്ന് എനിക്ക് ഉറപ്പുണ്ട്.

നമ്മൾ ചെയ്യുന്ന ധർമ്മം തീർച്ചയായും നല്ല കർമ്മമായി തീരും. കാരണം ധർമ്മം ഉടലെടുക്കുന്നത് നമ്മുടെ മനസ്സാക്ഷിയിൽ നിന്നാകുന്നു. പക്ഷേ നിങ്ങൾ ചെയ്യുന്ന കർമ്മം നിങ്ങളുടെ യഥാർത്ഥ

ധർമ്മമാണെന്ന് നിങ്ങൾക്ക് ഉറപ്പുണ്ടാകണം. കാരണം നിങ്ങളുടെ ഉത്തരവാദിത്തം ധർമ്മവുമായി കൂട്ടിക്കുഴയ്ക്കാം. സമൂഹം നമ്മിൽ ചുമത്തുന്ന ഉത്തരവാദിത്തങ്ങളോടെയാണ് നമ്മൾ സാധാരണയായി ജീവിക്കുന്നത്. അപ്പോൾ യഥാർത്ഥ ധർമ്മം എന്താണെന്ന് കൃത്യമായി അറിയുവാൻ ചിലപ്പോൾ നമ്മൾക്ക് സാധിക്കാതെ വരും. ഒരിക്കൽ കൂടി ഞാൻ പറയാം, ധർമ്മം നമ്മുടെ മനഃസാക്ഷിയിൽ നിന്ന് ഉത്ഭവിക്കുന്നു, ഉത്തരവാദിത്യങ്ങൾ നമ്മുടെ മനസ്സിൽ നിന്നും. അത് കൊണ്ട് തന്നെ പല സന്ദർഭങ്ങളിലും നാം തെറ്റിദ്ധരിക്കപ്പെടുന്നു, അതിനാൽ, നാം ധ്യാനം എന്ന മഹത്തായ ഉപകരണം ഉപയോഗിക്കണം. നമ്മുടെ ആന്തരികതയുമായി ബന്ധപ്പെട്ടാൽ, നമ്മുടെ ധർമ്മം എന്താണ് എന്ന് അറിയുവാൻ സാധിക്കും.

ഉദാഹരണത്തിന്, കുട്ടികൾ ജനിക്കുമ്പോൾ, അവരെ സംരക്ഷിക്കുക, അവർക്ക് നല്ല ഭക്ഷണം, നല്ല വിദ്യാഭ്യാസം, മികച്ച സാമൂഹിക ബന്ധങ്ങൾ എന്നിവ നൽകേണ്ടത് അവരുടെ ഉത്തരവാദിത്തമാണെന്ന് മാതാപിതാക്കൾ വിശ്വസിക്കുന്നു. ഇത് അവരുടെ കടമ, ഉത്തരവാദിത്യം ആണ്. എന്നാൽ ഇത് മാത്രം പോരാ, കുട്ടികളെ സ്നേഹത്തോടെയും വാത്സല്യത്തോടെയും വളർത്തണമെന്നും അത് മറ്റുള്ളവരുമായി പങ്കിടാൻ പഠിപ്പിക്കണമെന്നും യഥാർത്ഥ ധർമ്മം അവരോട് പറയുന്നു. സമാധാനത്തിന്റെ പ്രകമ്പനം പരിശീലിക്കുവാനും അത് മറ്റുളവർക്ക് പകരുവാനും കുട്ടികളെ പഠിപ്പിക്കണം. അവർ പ്രകൃതിയെ ബഹുമാനിക്കുന്നതിനും സ്വാർത്ഥരല്ലാതായിരിക്കുന്നതിനും എളിമയുള്ളവരായിരിക്കുന്നതിനും മാതാപിതാക്കൾ പ്രവർത്തിക്കേണ്ടതാണ്. കുട്ടികൾ അവരുടെ കഴിവും സർഗ്ഗാത്മകതയും കൊണ്ട് ലോകത്തിന് വേണ്ടി നല്ല കാര്യങ്ങൾ ചെയ്യുവാൻ മനസുള്ളവരയി വളർത്തി കൊണ്ടുവരേണ്ടത് ഓരോ മാതാപിതാക്കളുടെയും ധർമ്മമാകുന്നു. അത് കൊണ്ട് തന്നെ

മനഃസാക്ഷിയിൽ നിന്നും പുറപ്പെടുന്ന ആ ധർമ്മം നിങ്ങൾ അറിയണം, അനുസരിക്കണം.

ഇപ്പോൾ നിങ്ങൾക്ക് ധർമ്മവും ഉത്തരവാദിത്യവും തമ്മിലുള്ള വ്യത്യാസം മനസ്സിലായിക്കാണും എന്ന് വിശ്വസിക്കുന്നു.

അതുകൊണ്ടാണ് മാതാപിതാക്കൾ ധ്യാനം പരിശീലികേണ്ടത് വളരെ പ്രധാനമാണ് എന്ന് ഞാൻ പറയുന്നത്.

ഇപ്പോൾ നമുക്ക് ധർമ്മവും കർമ്മവും അറിയാം. ഈ സന്ദർഭത്തിൽ നമുക്ക് സ്വയം വിശകലനം ചെയ്യുന്നത് എങ്ങനെ എന്ന് നോക്കാം.

നമ്മുടെ ജീവിതത്തിൽ അപ്രതീക്ഷിതമായി എന്തെങ്കിലും സംഭവിക്കുമ്പോൾ, നമ്മൾ സാധാരണയായി അത് വിശകലനം ചെയ്യുകയും, അതിന്റെ കാരണം അന്വേഷിക്കുകയും ചെയ്യുന്നു. അതിലൂടെ നമ്മൾ പഠിക്കുകയും നമ്മുടെ ജീവിതം മെച്ചപ്പെടുത്തുവാനും സാധിക്കുന്നു. നമ്മൾ ഇത് സാധാരണയായി രണ്ട് വഴികളിലൂടെയാണ് ചെയ്യുന്നത്; ശാരീരികവും മാനസികവും; പക്ഷേ മൂന്നാമത് ഒരു വഴിയിലൂടെ വിശകലനം ചെയ്യാൻ നാം മറന്നു പോകുന്നു, ആത്മീയമായ മൂന്നാമതൊരു വഴിയും ഞാൻ നിർദ്ദേശിക്കുന്നു.

നമുക്ക് ഇത് ഒരു ഉദാഹരണത്തിലൂടെ മനസിലാക്കാം,

മൂന്ന് തരത്തിലുള്ള വാഹന അപകടങ്ങൾ നമുക്ക് സങ്കൽപ്പിക്കാം.

ആദ്യത്തേതിൽ, ഞാൻ വളരെ ക്ഷീണിതനായിരുന്നു, എനിക്ക് നല്ല ഉറക്കം വരുന്നുണ്ടായിരുന്നു, എന്റെ തല വേദനിക്കുന്നുണ്ടായിരുന്നു, ഞാൻ എന്റെ മൊബൈൽ ഫോണിലേക്ക് നോക്കി. അപകട കാരണം വ്യക്തമായും ശാരീരികമാണ്, എനിക്ക് അത് ഒഴിവാക്കാമായിരുന്നു, ശാരീരികമായി തയ്യാറല്ലാത്തതിനാൽ ഞാൻ ഡ്രൈവ് ചെയ്യാൻ പാടില്ലായിരുന്നു. ഇതാ, വിശദീകരണം ലഭിച്ചു കഴിഞ്ഞു.

ഇനി രണ്ടാമത്തെതു നോക്കാം, രണ്ടാമത്തേതിൽ, ഞാൻ വളരെ പിരിമുറുക്കത്തിലായിരുന്നു, എന്റെ പ്രശ്നങ്ങളെ കുറിച്ച് ചിന്തിച്ചു, വളരെയധികം ടെൻഷനോടെ, വളരെ പരിഭ്രാന്തനായിരുന്നു. ഇത്തവണ കാരണം മാനസികമാണ്; എനിക്ക് വേണമെങ്കിൽ ഡ്രൈവ് ചെയ്യാതെ ഒരു ടാക്സി വിളിക്കാമായിരുന്നു, അല്ലെങ്കിൽ ബസിൽ പോകാമായിരുന്നു, ഇപ്പോൾ നമ്മൾ വിശകലനത്തിലൂടെ വ്യക്തമായ ഒരു കാരണം കണ്ടെത്തി.

സാധാരണയായി ഈ രണ്ട് വിശകലനത്തിൽ നാം അവസാനിപ്പിക്കുന്നു എന്നാൽ നമുക്ക് ഒന്ന് കൂടി ചെയ്യണം, ആത്മീയമായത്, കർമ്മഫലം.

മൂന്നാമത്തെ സാഹചര്യത്തിൽ, ഞാൻ കാറിലായിരുന്നു, ഒരു പാർക്കിംഗ് സ്ഥലത്ത് കൃത്യമായി പാർക്ക് ചെയ്തു. ഞാൻ വിശ്രമിക്കുകയായിരുന്നു, നിശബ്ദനായി... പാട്ട് ആസ്വാധിച്ചു കൊണ്ടിരിക്കുന്നു, പെട്ടന്ന് മറ്റൊരു കാർ വന്ന് എന്റെ കാറിൽ ഇടിക്കുന്നു. സാധാരണയായി ആ സാഹചര്യത്തിൽ നമ്മൾ “നിർഭാഗ്യം” എന്ന് വിധി എഴുതുകയും, എല്ലാ കുറ്റങ്ങളും പരസ്പരം ചുമത്തി ഉത്തരവാദിത്തത്തിൽ നിന്ന് ഒഴിഞ്ഞു മാറുകയും ചെയ്യുന്നു. പക്ഷേ അത് ഒരു “നിർഭാഗ്യം” ആയി എനിക്ക് തോന്നുന്നില്ല... അത് ഒരു മോശം കർമ്മത്തിന്റെ ഫലം

ആയിരിക്കാം, നാം അതിനെ കുറിച്ച് ബോധവാന്മാരല്ല എന്ന് മാത്രം. പാർക്കിംഗ് സ്ഥലത്ത് ആയിരത്തിലധികം കാറുകൾ ഉണ്ടായിരുന്നു, എന്തുകൊണ്ടാണ് അത് എന്റെ കാറിൽ കൃത്യമായി ഇടിച്ചത്? ആ നിമിഷം നാം നമ്മുടെ കർമ്മം, അതായത്, ചെയ്തു പോയ പ്രവർത്തികളിലേക്ക് തിരിഞ്ഞു നോക്കണം, ഞാൻ എപ്പോഴെങ്കിലും എന്റെ മനഃസാക്ഷിയെ വഞ്ചിച്ചിട്ടുണ്ടോ? എന്ന് നാം അന്വേഷിക്കണം. തീർച്ചയായും നമ്മൾക്ക് കാരണം കണ്ടെത്താനാകും. ഇതുവഴി നമ്മൾ പഠിക്കുകയും, ഭാവിയിൽ വരുവാൻ സാധ്യതയുള്ള "നിർഭാഗ്യങ്ങൾ" നമുക്ക് ഒഴിവാക്കുവാൻ സാധിക്കുകയും ചെയ്യാം.

ഒരു കാര്യം കൂടി, മോശം കർമ്മഫലങ്ങൾ രക്തബന്ധത്തിലൂടെ കൈമാറ്റം ചെയ്യാൻ സാധ്യതയുണ്ട്, അതായത്, ചിലപ്പോൾ കുടുംബത്തിലെ നമ്മുടെ പ്രിയപ്പെട്ടവർ നമ്മുടെ മോശം കർമ്മത്തിന് ഇരയാകുന്നു. അതിലൂടെ നാം നമ്മുടെ മോശം കർമ്മഫലം അനുഭവിക്കുന്നു. ഇതൊരു വലിയ സത്യമാണ്, പക്ഷേ ആരും അത് വിശ്വസിക്കാൻ ആഗ്രഹിക്കുന്നില്ല, അവർ എല്ലാം ദൗർഭാഗ്യകരമാണെന്ന് വിധി എഴുതുന്നു. ഉദാഹരണത്തിന്; മാതാപിതാക്കളുടെ സ്വത്തിന് അവകാശികൾ ആരാണ്, സ്വാഭാവികമായിട്ടും അത് മക്കൾക്കാണ് അവകാശപ്പെട്ടത്. അത് പോലെ തന്നെ, മാതാപിതാക്കൾ ചെയ്യുന്ന സൽകർമ്മങ്ങൾക്കും ദുഷ്കർമ്മങ്ങൾക്കും ആരായിരിക്കും അവകാശി... തീർച്ചയായും മക്കൾ തന്നെ. പക്ഷേ മേൽപറഞ്ഞ ദുഷ് കർമ്മഫലങ്ങൾ നമ്മെ ബാധിക്കാതിരിക്കാൻ ഒരേ ഒരു മാർഗം ഉള്ളു, അതാണ് 'ആത്മീയ മാർഗം', നാം യഥാർത്ഥ ആത്മീയ മാർഗത്തിലൂടെ സഞ്ചരിച്ച് സത്യത്തെ അറിയുകയാണെങ്കിൽ, കാരണവന്മാർ ചെയ്ത ദുഷ് കർമ്മങ്ങളുടെ ഫലങ്ങൾ നമ്മളെ ബാധിക്കുകയില്ല.

നമ്മുടെ മോശം കർമ്മം കാരണം മരണപ്പെടുന്നത് ആത്മഹത്യയുടെ മറ്റൊരു ഒരു രൂപമാണ്. പലപ്പോഴും നമ്മുടെ മോശം കർമ്മത്തെക്കുറിച്ച് നമ്മൾ ബോധവാന്മാരല്ല, നമ്മൾ ചെയ്യുന്നത് എല്ലാം ശരിയാണെന്ന് കരുതുന്നു. കാരണം, ഞാൻ മുൻപ് പറഞ്ഞതുപോലെ അഹംഭാവത്തിന്റെ കണ്ണടയിലൂടെയാണ് നമ്മൾ കാര്യങ്ങളെ കാണുന്നത്. അതുകൊണ്ട്, മഹത്തായ ഉപകരണമായ ധ്യാനം ഉപയോഗിച്ച് നിങ്ങൾ സ്വയം വിശകലനം നടത്തേണ്ടത് വളരെ പ്രധാനമാണ്.

പ്രശ്നങ്ങൾ

യോഗയുടെ സഹായത്തോടെ ജീവിത പ്രശ്നങ്ങളെ എങ്ങനെ കൈകാര്യം ചെയ്യാം എന്ന് നമുക്ക് നോക്കാം.

ആദ്യം നമ്മൾ ഒരു സത്യം അംഗീകരിക്കണം: "പ്രശ്നങ്ങളില്ലാത്ത ജീവിതമില്ല". വാസ്തവത്തിൽ, നിങ്ങൾക്ക് ഒരു പ്രശ്നവുമില്ല എങ്കിൽ, അത് തന്നെ ഒരു പ്രശ്നമാണ്.

നമുക്ക് ചെയ്യാൻ കഴിയുന്നത് പ്രശ്നങ്ങളുടെ എണ്ണം കുറയ്ക്കുക എന്നതാണ്. എങ്ങനെ?, വളരെ ലളിതമാണ്. മറ്റുള്ളവരുടെ ജീവിതത്തിലേക്ക് "കടന്നു കയറുന്നത്" നിർത്തുക എന്നതാണ് ഇതിനുള്ള ഒരു പരിഹാരം, നമുക്ക് നുണകളും അപവാദങ്ങളും പരദൂഷണങ്ങളും പറയുന്നത് നിർത്താം, അതിൽ നിന്ന് തന്നെ നമുക്ക് ഒരു പരിധി വരെ പ്രശ്നങ്ങൾ ഒഴിവാക്കാം. ആരെങ്കിലും, കുടുംബാംഗങ്ങളോ സുഹൃത്തോ സഹപ്രവർത്തകരോ ആകട്ടെ, അവരുടെ സ്വകാര്യ ജീവിതത്തെക്കുറിച്ച് നമ്മളോട് എന്തെങ്കിലും പറഞ്ഞാൽ, അവരുടെ അനുവാദമില്ലാതെ മൂന്നാമതൊരാളുമായി അത് ചർച്ച ചെയ്യുന്നത് ഒഴിവാക്കാം. നമ്മുടെ പ്രശ്നങ്ങളിൽ ശ്രദ്ധ കേന്ദ്രീകരിക്കുകയും ഗവേഷണം നടത്തുകയും ചെയ്യുകയാണെങ്കിൽ, മിക്കവാറും ഭൂരിഭാഗം പ്രശ്നങ്ങളും നാം തന്നെ സൃഷ്ടിച്ചതോ, ക്ഷണിച്ചു വരുത്തിയതോ ആണെന്ന് നമുക്ക് കാണുവാൻ സാധിക്കും.

നമ്മൾ പോസിറ്റീവായി ചിന്തിക്കണം, നമ്മുടെ ജീവിതത്തിൽ ഒരു പ്രശ്നമുണ്ടാകുമ്പോൾ, നാം ആ സാഹചര്യത്തെ നേരിടുമ്പോൾ, ഒരു പരിഹാരം തേടുമ്പോൾ, എന്താണ് അവിടെ സംഭവിക്കുന്നത്? നമ്മൾ

ജീവിതത്തിൽ ഒരു അനുഭവം കൂടി കരസ്ഥമാക്കുന്നു. ജീവിതത്തിൽ അനുഭവത്തിന് ഒരുപാട് മൂല്യമുണ്ട്... നല്ലതോ ചീത്തയോ ആകെട്ടെ,. അതിനാൽ ജീവിതത്തിൽ ഒരു പ്രശ്നം ഉണ്ടാകുമ്പോൾ നമ്മൾ പോസിറ്റീവായി ചിന്തിക്കണം, " ഒരു അനുഭവം നേടാനുള്ള അവസരം ഇതാ വന്നിരിക്കുന്നു."

പ്രശ്നങ്ങളെ അഭിമുഖീകരിക്കാനാണ് യോഗ നിങ്ങളെ പഠിപ്പിക്കുന്നത്, ഒരിക്കലും അവയിൽ നിന്ന് ഒളിച്ചോടരുത്. അത് കൊണ്ട്, യോഗ പരിശീലനത്തിലൂടെ പ്രതിബന്ധങ്ങളെ നേരിടാൻ നമ്മുടെ മനസ്സിനെയും ശരീരത്തെയും ആത്മാവിനെയും ഒരുക്കുകയാണ് നാം ചെയ്യുന്നത്.

നമ്മുടെ വഴികളിൽ പ്രശ്നങ്ങൾ അല്ലെങ്കിൽ തടസങ്ങൾ ഉണ്ടാകുന്ന സാഹചര്യത്തിൽ, നമ്മൾ ധൈര്യമുള്ളവരായിരിക്കണമെന്നും നമ്മുടെ ധർമ്മത്തെക്കുറിച്ച ചിന്തിക്കണമെന്നും യോഗ നമ്മെ പഠിപ്പിക്കുന്നു.

നമ്മുടെ ധർമ്മം നിറവേറ്റുന്നതിനാണ് നാം ഓരോരുത്തരും ഈ ലോകത്തിൽ വന്നിട്ടുള്ളത്, നമ്മൾക്കോരോരുത്തർക്കും ചെയ്തു തീർക്കേണ്ട ധർമ്മമുണ്ട്. നമ്മൾ അത് പൂർത്തിയാക്കണം. അതാണ് ലക്ഷ്യം. ഈ പുസ്തകം എഴുതുന്നത് എന്റെ ധർമ്മം ആണ് എന്ന് ഞാൻ വിശ്വസിക്കുന്നു. എന്റെ അനുഭവം പങ്കുവെക്കുന്നു. ഒരുപക്ഷേ നിങ്ങൾക്ക് ലോകത്തെ മുഴുവൻ രക്ഷിക്കാൻ സാധിച്ചെന്നു വരില്ല, പക്ഷേ നിങ്ങൾക്ക് ഒരാളെയെങ്കിലും, അല്ലെങ്കിൽ ഒരു ജീവിയെങ്കിലും സഹായിക്കാനാകും, തീർച്ച.

ഒരു പക്ഷേ ഇപ്പോൾ നിങ്ങൾ ചിന്തിക്കും, "ധർമ്മം ചെയ്യാതെയും എനിക്ക് ജീവിക്കാമെല്ലോ" എന്ന്. ധർമ്മം നിറവേറ്റുന്നതിലൂടെ നിങ്ങൾക്ക് പൂർണ്ണമായ സംതൃപ്തി ലഭിക്കുന്നു, വിടുതൽ ലഭിക്കുന്നു. സങ്കൽപ്പിക്കുക, നിങ്ങൾക്ക് എല്ലാം ഉണ്ടെങ്കിലും നിങ്ങൾ തൃപ്തനല്ല, നിങ്ങൾക്ക് ആർഭാടമായ മുറിയും കിടക്കയും ഉണ്ടെങ്കിലും ഉറക്കം ലഭിക്കുന്നില്ലെങ്കിൽ എന്ത് പ്രയോജനം.

അടുത്തതായി പ്രശ്നങ്ങളെ എങ്ങനെ നേരിടാം എന്ന് നമുക്ക് നോക്കാം, അതെ, എല്ലാത്തിനും അതിന്റേതായ സ്ഥാനം ഉണ്ട്, അത് പോലെ നമ്മുടെ പ്രശ്നങ്ങളും അവയുടെ സ്ഥാനത്ത് നിർത്തുക.

ഉദാഹരണത്തിന്: നിങ്ങളുടെ വലതു കൈപത്തി ഒരു പ്രശ്നമാണെന്ന് സങ്കൽപ്പിക്കുക, അത് നിങ്ങളുടെ കണ്ണുകൾക്ക് വളരെ അടുത്ത് വയ്ക്കുക... നിങ്ങളുടെ കൈയല്ലാതെ മറ്റൊന്നും നിങ്ങൾക്ക് കാണാൻ കഴിയില്ല, അത് പോലെ, നിങ്ങളുടെ പ്രശ്നങ്ങളിലേക്കു മാത്രം നിങ്ങൾ സദാസമയവും നോക്കികൊണ്ടിരിക്കുകയാണെങ്കിൽ, നിങ്ങൾക്ക് മറ്റൊന്നും കാണുവാൻ സാധിക്കില്ല.

ഇനി അടുത്തതായി, നിങ്ങളുടെ കൈ (പ്രശ്നം) കഴിയുന്നത്ര അകലെ വയ്ക്കുക, ഇപ്പോൾ നിങ്ങൾക്ക് ബാക്കിയുള്ളതും കാണാം; പക്ഷേ നിങ്ങളുടെ കൈ (പ്രശ്നം) നിങ്ങൾക്ക് വ്യക്തമായി കാണുവാൻ സാധിക്കുന്നില്ല, അതിനർത്ഥം നിങ്ങൾ നിങ്ങളുടെ പ്രശ്നം വളരെ

അകലെ നിർത്തിയിരിക്കുകയാണ്. നിങ്ങൾ അത് കണ്ടില്ല എന്ന് നടിക്കുകയോ അതിൽ നിന്ന് ഒളിക്കുവാനോ ശ്രമിക്കുന്നു. അത് പരിഹരിച്ചിട്ടില്ല, അത് അവിടെ തുടരുകയും നിങ്ങളുടെ ജീവിതത്തെ ശല്യപ്പെടുത്തുകയും ചെയ്തുകൊണ്ടിരിക്കും.

പ്രശ്നങ്ങൾ വളരെ അടുത്തോ ദൂരെയോ അല്ല, നിങ്ങക്ക് വളരെ വ്യക്തമായി കാണാവുന്ന ഒരു ഇടം നൽകുന്നതാണ് നല്ലത്, ഇപ്പോൾ നിങ്ങളുടെ വലതു കൈപ്പത്തിയും, ചുറ്റുപാടും നിങ്ങൾക്ക് വ്യക്തമായി കാണുവാൻ സാധിക്കുന്നു, നിങ്ങൾ നിങ്ങളുടെ ഇടതു കൈ ഉപയോഗിച്ചു വലതു കൈ (പ്രശ്നം) മാറ്റുന്നു. ചുരുക്കം പറഞ്ഞാൽ, നാം നമ്മുടെ പ്രശ്നങ്ങളിലേക്ക് മാത്രം ഉറ്റുനോക്കികൊണ്ടിരുന്നാൽ, നമ്മൾക്ക് കൃത്യമായ ഒരു പരിഹാരം കണ്ടെത്താൻ സാധിച്ചെന്നുവരില്ല. മാത്രമല്ല നാം മാനസികമായി തളർന്നു പോകുകയും ചെയ്യും.

നമ്മുടെ പ്രശ്നങ്ങൾക്കു പരിഹാരം കണ്ടെത്താൻ മികച്ച ഒരു ഉപകരണം ആവശ്യമാണ്. അതെ... ധ്യാനം... മുൻ അധ്യായത്തിൽ ഞാൻ വിശദീകരിച്ചതുപോലെ, ധ്യാനത്തിന് ശേഷമുള്ള നിമിഷങ്ങൾ, നിങ്ങളുടെ പ്രശ്നങ്ങൾ വിശദമായി പരിശോധിക്കാൻ നിങ്ങൾ പ്രയോജനപ്പെടുത്തേണ്ടതുണ്ട്.

ധ്യാനത്തിന് ശേഷം, നാം നമ്മുടെ ആശങ്കകൾ, പ്രശ്നങ്ങൾ ഒരു പെട്ടി തുറന്നു വെച്ചിരിക്കുന്നത് പോലെ മുന്നിൽ വയ്ക്കുകയും, എന്നിട്ടു നിശബ്ദതയോടെ അതിനെ വീക്ഷിക്കുകയും, ചെയ്യുന്നു. ആ നിമിഷം നമ്മൾ എല്ലാം വ്യക്തമായി കാണുകയും, ഒരു പക്ഷേ അത് ഒരു ചെറിയ പ്രശ്നമാണെന്നും അല്ലെങ്കിൽ അതൊരു പ്രശ്നമെ അല്ലെന്നും ആശ്ചര്യത്തോടെ സ്വയം കണ്ടെത്തുകയും ചെയ്യുന്നു. ഈ സന്ദർഭത്തിൽ നിങ്ങൾക്ക് മുമ്പ് കണ്ടിട്ടില്ലാത്ത ഒന്നോ അതിലധികമോ പരിഹാരങ്ങൾ കാണുവാൻ സാധിക്കും.

ചിലപ്പോൾ, ധ്യാനത്തിന് മുമ്പ്, നിങ്ങളുടെ അഹംഭാവമോ, ദുരഭിമാനമോ മറ്റൊരാളോട് ക്ഷമ ചോദിക്കാൻ നിങ്ങളെ അനുവദിക്കുന്നില്ല, “ഞാൻ ക്ഷമ ചോദിക്കുവാനോ... ഒരിക്കലുമില്ല, അവളാണ് അല്ലെങ്കിൽ അവനാണ് എന്നോട് ക്ഷമ ചോദിക്കേണ്ടത്”, ഇതാണ് സാധാരണയായി നമ്മുടെ മനോഭാവം. അഹങ്കാരവും ദുരഭിമാനവും കൊണ്ട് നമ്മൾ പല പ്രശ്നങ്ങളും സൃഷ്ടിക്കുന്നു. അഭിമാനം നല്ലതാണ്, എന്നാൽ ഒരു

പരിധി കവിഞ്ഞാൽ അത് വളരെ അപകടകരമാണ്, ജീവിതത്തിൽ പ്രധാനപ്പെട്ട ഒരുപാട് കാര്യങ്ങൾ നമുക്ക് നഷ്ടപ്പെടും. അധികമായാൽ അമൃതും വിഷം. പക്ഷേ ധ്യാനത്തിന് ശേഷം എല്ലാം മാറുന്നു. സ്വാർത്ഥതയുടെ കണ്ണടയിലൂടെ അല്ലാതെ പ്രശ്നങ്ങളെ നോക്കുമ്പോൾ എല്ലാത്തിനും പരിഹാരം കണ്ടെത്താം, ഉറപ്പ്.

അതിനാൽ ശാന്തമാകുക, ധ്യാനിക്കുക, അതിനുശേഷം നമ്മെ അലട്ടുന്ന പ്രശ്നങ്ങൾ ശ്രദ്ധാപൂർവ്വം വീക്ഷിക്കുക, അവ പരിഹരിക്കുക, നന്ദി പറയുക, വിശ്രമിക്കുക. വിഷമിക്കേണ്ട, അടുത്ത പ്രശ്നം താമസിയാതെ നിങ്ങളെ തേടി വരും... അതാണ് ജീവിതം.

ഒരിക്കലും മറക്കരുത്: പ്രശ്നം എന്നാൽ അവസരം എന്നാണ്. അത് പരിഹരിക്കുമ്പോൾ ഒരു അനുഭവമായി മാറുന്നു. ജീവിതത്തിൽ അനുഭവമാണ് ഏറ്റവും വലിയ സമ്പാദ്യം.

എന്നെ പോലെയുള്ള പ്രവാസികൾക്ക് ഇരട്ട പ്രശ്നങ്ങളുണ്ട്, കാരണം ഞങ്ങൾ ഇരട്ട ജീവിതം നയിക്കുന്നു, എന്റെ രാജ്യത്ത് സംഭവിക്കുന്നതെല്ലാം എന്റെ ജീവിതത്തെ ബാധിക്കുന്നു, കൂടാതെ ഞാൻ താമസിക്കുന്ന രാജ്യത്ത് സംഭവിക്കുന്നതും.

അവസാനത്തെ ഒരു ഉദാഹരണത്തിലൂടെ ഞാൻ ഈ വിഷയം പൂർത്തിയാക്കുന്നു. ആശുപത്രിയിൽ, കാർഡിയോഗ്രാം മോണിറ്ററിൽ വരകൾ മുകളിലേക്കും താഴേക്കും കാണിക്കുന്നു, അല്ലേ? നിങ്ങൾ ജീവിച്ചിരിപ്പുണ്ടെന്ന് അർത്ഥമാക്കുന്നു. ജീവിതം ഇതുപോലെയാണ്: മുകളിലേക്കും താഴേക്കും, അത് എല്ലായ്പ്പോഴും ഒരുപോലെ ആയിരിക്കണമെന്ന് നിങ്ങൾ ആഗ്രഹിക്കുന്നുവെങ്കിൽ, നിങ്ങൾ മരിച്ചുവെന്ന് അർത്ഥമാക്കും. നിങ്ങൾ ഇതിൽ ഏതാണ് ഇഷ്ടപ്പെടുന്നത്?.

നവീകരണം

യോഗ പരിശീലിക്കുന്നതിലൂടെ നമ്മിൽ ഒരു വലിയ നവീകരണം സംഭവിക്കുന്നു. പക്ഷേ അതൊരു നീണ്ട പ്രക്രിയയാണ്, കാരണം നമ്മളിൽ വളരെക്കാലമായി നിലനിൽക്കുന്ന ആശയങ്ങളെയും ചിന്തകളെയും സൂക്ഷ്മമായും ആഴത്തിലും പരിശോധിക്കേണ്ടതുണ്ട്, ആഴത്തിൽ വേരൂന്നിയ വിശ്വാസങ്ങളും മൂല്യങ്ങളും ചിലപ്പോൾ നമുക്കും മറ്റുള്ളവർക്കും പ്രയോജനം ചെയ്തേക്കാം, മറ്റു ചിലതു ദോഷവും. അത് കൊണ്ട്, ചീത്തയെ വലിച്ചെറിഞ്ഞ്, നല്ലതിനെ വേർതിരിച്ചറിയാനും നിലനിർത്താനും നമ്മൾക്കു കഴിയണം, ഉറച്ച തീരുമാനം എടുക്കാൻ പഠിക്കണം. ഇത് വളരെ കഠിനമായ ഒരു പ്രക്രിയയാണ്, കാരണം, വളരെ കാലങ്ങളായി ധാരാളം തെറ്റായ വിവരങ്ങൾ നമ്മുടെ മനസ്സിൽ നങ്കൂരമിട്ടിട്ടുണ്ട്, അത് നമ്മുടെ മാതാപിതാക്കളിലൂടെയോ സമൂഹത്തിലൂടെയോ സംസ്കാരത്തിലൂടെയോ പകർന്നു കിട്ടിയതാകുന്നു. എന്നിരുന്നാലും, ചിലപ്പോൾ അത് നമ്മുടെ നിലവിലെ പ്രശ്നങ്ങളുടെ അടിസ്ഥാനമായി മാറും.

ചില ഉദാഹരണങ്ങൾ നോക്കാം:

മാതാപിതാക്കൾ കുട്ടികളോട് സ്ഥിരമായി പറയാറുള്ള ഒന്ന്: “നീ നന്നായി പെരുമാറിയാൽ, ഞാൻ നിന്നെ പാർക്കിൽ കൊണ്ടുപോകാം, പറയുന്നത് അനുസരിച്ചാൽ, ഞാൻ നിനക്ക് കളിപ്പാട്ടങ്ങൾ വാങ്ങിത്തരാം, നീ അടങ്ങി ഒതുങ്ങി ഇരുന്നാൽ, ഞാൻ ചോക്ലേറ്റ് വാങ്ങി തരാം. , നല്ല കുട്ടിയായിരുന്നാൽ മാത്രം, ഇല്ലെങ്കിൽ ഒന്നും ലഭിക്കില്ല. ”

സത്യത്തിൽ, കുട്ടികൾ എന്താണ് ഇതിൽ നിന്നും മനസിലാക്കുന്നത്?: എന്തെങ്കിലും ലഭിക്കുവാൻ, അല്ലെങ്കിൽ നേടിയെടുക്കുവാൻ, ഞാൻ നല്ലവനായിരിക്കണം. ഇത് ബിസിനസ്സിന്റെ മറ്റൊരു ഒരു രൂപമാണ്, കൈമാറ്റം, നമ്മൾ അവരുടെ മനസ്സിൽ ഒരു വിവരം ലോഡ് ചെയ്യുന്നു: “ബന്ധങ്ങൾ കൈമാറ്റത്തെ ആശ്രയിച്ചിരിക്കുന്നു.” കുട്ടികൾ ആ മനോഭാവത്തോടെ വളരും, അവരുടെ എല്ലാ പ്രവർത്തനങ്ങളിലും എന്തെങ്കിലും പ്രതിഫലം ലഭിക്കാൻ കാത്തിരിക്കും. അങ്ങനെ ജീവിതത്തിൽ ആ വ്യക്തി അയാളുടെ മാതാപിതാക്കൾ, സഹോദരങ്ങൾ, സഹോദരിമാർ, സുഹൃത്തുക്കൾ, കാമുകി അല്ലെങ്കിൽ കാമുകൻ എന്നിവരോടുള്ള ഓരോ പ്രവൃത്തിക്കും എന്തെങ്കിലും പ്രതിഫലം അയാൾ അറിയാതെ തന്നെ പ്രതീക്ഷിച്ചു പോകുന്നു. പക്ഷേ ജീവിതത്തിലെ ചില ഘട്ടങ്ങളിൽ നിങ്ങൾക്ക് ഒന്നും തന്നെ തിരികെ ലഭിക്കാതെ വരുന്നു, ആ സന്ദർഭത്തിൽ നിങ്ങൾക്ക് അസ്വസ്ഥത അനുഭവപ്പെടും, വിഷാദരോഗത്തിലേക്ക് പോലും വഴുതിവീഴും. അതുകൊണ്ടാണ് നാം ബന്ധങ്ങളിൽ പലപ്പോഴും ഇത് പോലെ പരാതിപ്പെടുന്നത്. “ഞാൻ എത്രമാത്രം നിന്നെ സ്നേഹിക്കുന്നു, പക്ഷേ നിനക്ക് എന്നോട് ഒരു സ്നേഹവും ഇല്ല, ഞാൻ നിനക്കായി ഇത് ചെയ്തു, അത് ചെയ്തു, നിനക്കു വേണ്ടി മാത്രം, പക്ഷേ നീ എനിക്ക് ഒന്നും തരുന്നില്ല”.

പല പ്രശ്നങ്ങളുടെയും അടിസ്ഥാനം അഹംഭാവമാണ്, സ്വാർത്ഥതയാണ്. ബന്ധങ്ങളെ ഒരു വാണിജ്യ മനോഭാവത്തോടെ നാം കാണുന്നു.

അതിനാൽ മാതാപിതാക്കൾ കുട്ടികളോട് ഈ നിലപാട് ഒഴിവാക്കണം, അവർ സദാസമയവും നല്ല രീതിയിൽ പെരുമാറണം, അത് അവരുടെ കടമയാക്കുന്നു, അതിനു വേണ്ടി മാതാപിതാക്കൾ വാഗ്ദാനങ്ങൾ നൽകേണ്ട ആവിശ്യമില്ല.

ഞാൻ എന്റെ മകളെ പാർക്കിലേക്ക് കൊണ്ടുപോകുന്നത് അവൾക്ക് ഇഷ്ടമുള്ളതുകൊണ്ടാണ്, അവളോടൊപ്പം പാർക്കിൽ പോകാൻ ഞാനും ഇഷ്ടപ്പെടുന്നു. അത് എന്റെ ധർമ്മമാണ്, അത്രമാത്രം. അതിനു വേണ്ടി എന്റെ മകളുമായി ഒരു ബിസിനസ്സ് അല്ലെങ്കിൽ ഒരു കരാർ ചെയ്യാൻ ഞാൻ ആഗ്രഹിക്കുന്നില്ല. നന്നായി പെരുമാറുക, ഗൃഹപാഠം ചെയ്യുക,

അവരുടെ വസ്തുകൾ അടക്കി ഒതുക്കി സൂക്ഷിക്കുക, ഇതെല്ലാം കുട്ടികളുടെ ഉത്തരവാദിത്തങ്ങളാണ്. അവരവരുടെ ഉത്തരവാദിത്തങ്ങൾ നിറവേറ്റുന്നതിന് ഒരു ബിസിനസ്സിന്റെയോ ഓഫറിന്റെയോ കരാറിന്റെയോ ആവശ്യമില്ല. ഉത്തരവാദിത്തങ്ങൾ എപ്പോഴും നിറവേറ്റേണ്ടതാകുന്നു.

അതുപോലെ തന്നെ മാതാപിതാക്കൾ കുട്ടികളോട് സ്ഥിരമായി പറയാറുള്ള ഒരു കാര്യമാണ്. "നീ പരീക്ഷയ്ക്ക് നല്ല മാർക്ക് വാങ്ങി പാസായാൽ, ഞങ്ങൾ അത് വാങ്ങി തരാം" എന്നൊക്കെ. ഇത് പക്ഷേ ഒറ്റ നോട്ടത്തിൽ വളരെ നല്ല ഒരു കാര്യമായിട്ടേ നമ്മൾക്ക് തോന്നു, പക്ഷേ നിങ്ങൾ ഒന്ന് ചിന്തിച്ചാൽ മനസിലാക്കാൻ സാധിക്കും, വാഗ്ദാനങ്ങളിലൂടെ പ്രേരിപ്പിച്ച് ഒരാളുടെ സ്വയം ധർമ്മം ചെയ്യിപ്പിക്കുന്നത് തികച്ചും അർത്ഥശൂന്യമെല്ലേ എന്ന്. വാഗ്ദാനങ്ങൾ നൽകി പ്രേരണങ്ങളാൽ പ്രാവർത്തികമാക്കേണ്ട ഒന്നാണോ നമ്മുടെ ധർമ്മം, ഉത്തരവാദിത്യം. ഒരു കുട്ടിയുടെ ധർമ്മം ആണ് തന്റെ കഴിവിന് അനുസരിച്ച് നന്നായി പഠിക്കുകയും, പരീക്ഷയ്ക്ക് തയ്യാറെടുക്കുകയും, നല്ല മാർക്ക് വാങ്ങിക്കാൻ ശ്രമിക്കുകയും എന്നുള്ളത്, അതിനു ആരുടേയും വാഗ്ദാനങ്ങൾ ആവിശ്യമില്ല. ഒരു കാര്യം ഓർമപ്പെടുത്തട്ടെ, ഇവിടെ ഞാൻ പരാമർശിക്കുന്നത് വാഗ്ദാനങ്ങൾ നൽകുന്നതിനെ ആണ്, അല്ലാതെ പരീക്ഷയിൽ ജയിച്ചാൽ സമ്മാനങ്ങൾ നല്കുന്നതിനോട് ഞാൻ എതിരല്ല, അത് ഓരോരുത്തരുടെ സന്തോഷം. അത് കുട്ടികൾക്ക് പ്രോത്സാഹനം ആകും, നേരെമറിച്ച് മുൻകൂട്ടി നല്കുന്ന വാഗ്ദാനങ്ങളൂടെ നിങ്ങൾ കുട്ടിയുമായി ഒരു കരാറിൽ ഏർപ്പെടുകയാണ്. ഓർക്കുക ബന്ധങ്ങൾ ഒരു ബിസിനസ് അല്ല.

നമ്മുടെ ധർമ്മം എങ്ങനെ നിർവഹിക്കണമെന്ന് യോഗ നമ്മെ പഠിപ്പിക്കുന്നു. തിരിച്ചൊന്നും പ്രതീക്ഷിക്കാതെയാണ് നമ്മൾ ധർമ്മം ചെയ്യുന്നത്.

അതു പോലെ തന്നെ, മാതാപിതാക്കൾ കുട്ടികളോട് പറയുന്ന മറ്റൊരു കാര്യം, "നിങ്ങൾ കാരണവന്മാരെ ബഹുമാനിക്കണം, അധ്യാപകരെ ബഹുമാനിക്കണം, മുതിർന്നവരെ ബഹുമാനിക്കണം" എന്നൊക്കെ. സത്യത്തിൽ, നമ്മൾ, എല്ലാവരെയും ബഹുമാനിക്കാൻ അല്ലെ പഠിപ്പിക്കേണ്ടത്, ഈ ലോകത്തിൽ വസിക്കുന്ന സകല ജീവജാലങ്ങളെയും ബഹുമാനിക്കണം എന്നെല്ലേ നമ്മുടെ കുഞ്ഞുങ്ങളെ പഠിപ്പികേണ്ടത്, നിങ്ങൾ ഒന്ന് ചിന്തിച്ചുനോക്കു.

കുട്ടികളോട് മാതാപിതാക്കൾ സ്ഥിരമായി പറയാറുള്ള മറ്റൊരു കാര്യം കൂടി ഞാൻ ഇവിടെ പറയാൻ ഉദ്ദേശിക്കുന്നു അത് ഇതാണ്: "ഡാ, നീ ഈ രീതിയിൽ പെരുമാറിയാൽ, നിന്നോട് ആരും കൂട്ടുകൂടില്ല, നീ തനിച്ചാവും, നിനക്ക് സുഹൃത്തുക്കളില്ലാതെയാകും". ഇതിൽ നിന്നും

എന്ത് വിവരമാണ് കുട്ടിക്ക് ലഭിക്കുന്നത്: തനിച്ചായിരിക്കുക എന്നത് ഒരു മോശം കാര്യമാണ്, അത് ഒരു വിനാശകരമായ, ദുഖകരമായ കാര്യമാണ്. ആ കുട്ടി ഈ വിവരങ്ങളുമായി വളരുന്നു,

എപ്പോഴെങ്കിലും ഒറ്റപ്പെടുന്ന ഒരു സാഹചര്യം ജീവിതത്തിൽ ഉണ്ടാകുമ്പോൾ... അയാൾക്ക് പരിഭ്രാന്തിയും വിഷാദവും ഭയവും ഉണ്ടാകുന്നു, മാനസികമായി തളരുന്നു. കാരണം, ചെറുപ്പത്തിലേ ഞാൻ പഠിച്ചത്, ആരുംകൂടെ ഇല്ലാത്ത അവസ്ഥ വളരെ ദയനീയമാണ് എന്നാണ്.

പക്ഷേ യോഗയിലൂടെ നമ്മൾ പഠിക്കുന്നത് മറ്റൊന്നാണ്: 'ഞാൻ എന്റെ 25 സുഹൃത്തുക്കൾക്കൊപ്പമാണെങ്കിൽ ഞാൻ സന്തോഷവാനാണ്. നേരെ മറിച്ച്, സുഹൃത്തുക്കളൊന്നും ഇല്ലാതെ ഞാൻ തനിച്ചാണെങ്കിലും സന്തോഷവാനാണ്... എന്റെ സമാധാനം ആരെയും ആശ്രയിച്ചല്ല നിലകൊള്ളുന്നത്. ഞാൻ ഒന്നിനും അടിമയല്ല. ഞാൻ ആളുകളോടൊപ്പവും, തനിച്ചും ജീവിതം ആസ്വദിക്കും. ഞാൻ തനിച്ചായിരിക്കുമ്പോൾ, എന്റെ ഉള്ളിലേക്ക് നോക്കാനും ആന്തരിക പരിവർത്തനത്തിനായി ഞാൻ ആ സന്ദർഭം ഉപയോഗിക്കും. '

ഒറ്റയ്ക്കായിരിക്കുമ്പോൾ സ്വയം നമ്മൾക്കു വേണ്ടി ധാരാളം കാര്യങ്ങൾ ചെയ്യാൻ സാധിക്കും. നമ്മുടെ തെറ്റായ വിവരങ്ങൾ നമുക്ക് പുതുക്കാം. നമ്മുടെ മനസ്സ് വൃത്തിയായി സൂക്ഷിക്കാം. ഒരു പക്ഷേ, ഞാൻ ഈ പറയുന്നത് വിഡ്ഢിത്തമാണെന്ന് നിങ്ങൾ ഇപ്പോൾ വിചാരിച്ചേക്കാം, പക്ഷേ ഇത് സത്യമാണ്, നമ്മൾ അതിനെക്കുറിച്ച് ബോധവാന്മാരല്ല എന്ന് മാത്രം. എന്ത് കൊണ്ടാണ് പാശ്ചാത്യ രാജ്യങ്ങളിലെ നല്ല ഒരു ശതമാനം കുട്ടികളും സകല സുഖസൗകര്യങ്ങൾ ഉണ്ടായിട്ടും വിഷാദ രോഗത്തിനു അകപ്പെട്ടു പോകുന്നു എന്ന് അന്വേഷിച്ചാൽ നിങ്ങൾക്ക് മനസിലാകും.

അഹം, അഹംബോധം (ഞാൻ എന്ന ബോധം), അഹങ്കാരം

(അഹംബോധം എന്ന വാക്ക് കൊണ്ട് ഞാൻ ഇവിടെ അർത്ഥമാക്കുന്നത്, സ്വയം നമ്മെ കുറിച്ചുള്ള അറിവ്, ജ്ഞാനം. അതായത്ു എന്റെ പേര്, വിലാസം, എന്റെ ബന്ധങ്ങൾ... മുതലായവ.)

യോഗയിൽ ഇത് വളരെ പ്രധാനപ്പെട്ട ഒരു വിഷയമാണ്. ഇത് മനസ്സിലാക്കിയില്ലെങ്കിൽ യോഗ എന്തെന്ന് മനസ്സിലാവില്ല.

ഒരു ചോദ്യം, യോഗയിലെ ഏറ്റവും ഉയർന്ന തലം ഏതാണ്? സമാധി എന്നായിരിക്കും ഉത്തരം, പക്ഷേ സമാധിയിലേക്കു കടക്കുന്നതിനു മുൻപ് വളരെ സുപ്രധാനമായ ഒരു കടമ്പയുണ്ട്. അതാണ് നമ്മുടെ അഹത്തെ കുറിച്ചുള്ള അവബോധം. അല്ലാതെ വളരെ ബുദ്ധിമുട്ടുള്ള ആസനങ്ങൾ ചെയ്യതുകൊണ്ടോ അല്ലെങ്കിൽ ധാരാളം ധ്യാനം പരിശീലിച്ചത് കൊണ്ടോ അല്ലെങ്കിൽ ഗ്രന്ഥങ്ങൾ വായിച്ച ധാരാളം അറിവ് സമ്പാദിച്ചത് കൊണ്ടോ, അല്ലെങ്കിൽ ധാരാളം പോസിറ്റീവ് ചിന്തകളും നല്ല ഊർജ്ജവും ഉണ്ടായതു കൊണ്ടോ മാത്രമാവുന്നില്ല. ക്ഷമിക്കണം, മെയ്യ്‌വഴക്കം യോഗയല്ല, ആയിരുന്നെങ്കിൽ സർക്കസ് ചെയ്യുന്നവരും, ജിമ്നാസ്റ്റിക് ചെയ്യുന്ന കുട്ടികളും, ബ്രേക്ക് ഡാൻസ് കളിക്കുന്നവരെയും എല്ലാം മികച്ച യോഗികൾ എന്ന് വിളിക്കണം. നമ്മുടെ ശരീരത്തെയും മനസ്സിനെയും ഒരുക്കുന്നതിനും ചക്രങ്ങൾ തുറക്കുന്നതിനും നമ്മുടെ നാഡികളെ തടസ്സങ്ങളില്ലാതെ പ്രവർത്തിപ്പിക്കുന്നതിനും വേണ്ടി യോഗയുടെ ഒരു ഭാഗമാണ് ആസനങ്ങൾ.

നിങ്ങളുടെ യാത്രയ്ക്കുള്ള ലഗേജ് പ്രധാനമാണെന്ന് നിങ്ങൾക്കറിയാം, എന്നാൽ അതിലും പ്രധാനം നിങ്ങളുടെ ലക്ഷ്യസ്ഥാനത്തെ കുറിച്ചുള്ള അവബോധമാണ്. നിങ്ങൾ ഇതിനെക്കുറിച്ച് ബോധവാന്മാരാകുമ്പോൾ, നിങ്ങൾ ശരിക്കും യോഗയുടെ പാതയിലാണ്.

യോഗയുടെ ഉയർന്ന തലത്തിലേക്കുള്ള വാതിൽ എന്ന് പറയുന്നത്... നമ്മുടെ അഹത്തെക്കുറിച്ച് നാം ബോധവാന്മാരാകുകയും അതിനെ നിയന്ത്രിക്കാൻ പഠിക്കുകയും ചെയ്യുമ്പോളാണ്, നമ്മെ ഭരിക്കുന്ന അഹംബോധത്തെ നിലയ്ക്ക് നിർത്തുക, ഇത് സാധ്യമാകാതെ നമുക്ക് സമാധിയിലെത്താൻ കഴിയില്ല.

ഞാൻ എപ്പോഴും ആദ്യമായി ക്ലാസ്സിൽ വരുന്ന വിദ്യാർത്ഥികളോട് പറയും "ക്ലാസിൽ പ്രവേശിക്കുന്നതിന് മുമ്പ്, ദയവായി രണ്ട് കാര്യങ്ങൾ ക്ലാസിനു വെളിയിൽ വെക്കുക:" നിങ്ങളുടെ ഷൂസും, പിന്നെ അഹംബോധവും. ഒരു യോഗ ക്ലാസ്സിൽ, അഹംബോധം എങ്ങനെ നിയന്ത്രിക്കാമെന്ന് നമ്മൾ പരിശീലിക്കേണ്ടതുണ്ട്. അതു കൊണ്ടാണ് എന്റെ ക്ലാസ്സിൽ ഞാൻ ഒരിക്കലും എന്റെ വിദ്യാർത്ഥികളോട് അവരുടെ പേര്, അവർ എവിടെ നിന്ന് വരുന്നു, അവർ എന്താണ് ചെയ്യുന്നത്... തുടങ്ങിയവ ചോദിക്കാറില്ല. അവരിൽ ചിലർ 5 വർഷത്തിലേറെയായി സ്ഥിരമായി എന്റെ ക്ലാസ്സിൽ വരുന്നു, ഇപ്പോഴും അവരുടെ പേരുകൾ എനിക്കറിയില്ല, കാരണം ഒരു യോഗ ക്ലാസ്സിൽ നിങ്ങൾ ആരാണ് എന്നോ, എവിടെ നിന്ന് വരുന്നു എന്നോ, എവിടേക്കാണ് പോകുന്നത് എന്നുള്ളത് പ്രശ്നമല്ല... ഒരു യോഗ ക്ലാസ്സിൽ നമ്മൾ എല്ലാവരും ഒന്നാണ്, നമ്മൾ എല്ലാവരും ഒരേ ഊർജ്ജമാണ്.

ശരീരം, മനസ്സ്, ആത്മാവ് ഈ മൂന്ന് കാര്യങ്ങൾ ആണ് ഒരു യോഗ ക്ലാസ്സിൽ നാം ഉപയോഗിക്കുന്നത്. നമുക്കെല്ലാവർക്കും ശരീരമുണ്ട്, നമുക്കെല്ലാവർക്കും മനസ്സുണ്ട്, നമുക്കെല്ലാവർക്കും ആത്മാവുണ്ട്. ശരീരം എന്ന് പറയുമ്പോൾ ഞാൻ ഉദ്ദേശിച്ചത് ശരീരം മാത്രം... സ്ത്രീ ശരീരമോ, പുരുഷ ശരീരമോ, കറുത്ത ശരീരമോ, വെളുത്ത ശരീരമോ എന്നുള്ള ഒരു വ്യത്യാസവുമില്ല. എന്റെ ക്ലാസുകളിൽ ഞാൻ ആരിലും ഒരു വ്യത്യാസവും കാണുന്നില്ല... ആരും മികച്ചവരല്ല, ആരും മോശക്കാരല്ല, ആരും ജയിക്കാൻ പോകുന്നില്ല, ആരും തോൽക്കാനും പോകുന്നില്ല. നമ്മൾ ഒരുപോലെയാണ്.

തീർച്ചയായും വ്യത്യസ്ത തലങ്ങളുണ്ട്, പക്ഷേ അത് പരിശീലനത്തിലൂടെ മെച്ചപ്പെടുത്താം. ക്ലാസിൽ ആർക്കും പ്രത്യേക മുൻഗണനയില്ല. ഗർഭിണികൾക്കും ശാരീരിക പ്രശ്നങ്ങൾ ഉള്ളവർക്കും വ്യത്യസ്തരീതിയിലുള്ള ആസനകളും, പ്രാണായാമങ്ങളും ഉണ്ടാവും അത്രമാത്രം.

ഒരു ഉദാഹരണം: എന്റെ ക്ലാസ് കഴിയുമ്പോൾ, ചില വിദ്യാർത്ഥികൾ എന്നോട് പേര് ചോദിക്കാറുണ്ട്, തീർച്ചയായും ഞാൻ പറയും "എന്റെ പേര് ജയേഷ്". പക്ഷേ ചിലർക്ക് അത് നന്നായി മനസ്സിലാകാറില്ലാ, എന്നോട് വീണ്ടും ചോദിക്കും, അപ്പോൾ ഞാൻ മറുപടി പറയും. "നിങ്ങൾക്ക് എന്ത് വേണമെങ്കിലും എന്നെ വിളിക്കാം... ഇവിടെ ക്ലാസ്സിൽ എന്റെ പേര് അല്ല പ്രധാനം, ഞാൻ പഠിപ്പിക്കുന്നത് എന്താണ് എന്നുള്ളതാണ് പ്രധാനം ". അതുകൊണ്ടാണ് ബുദ്ധന് വ്യത്യസ്ത പേരുകൾ ഉണ്ടായിരുന്നത്, കാരണം എല്ലാ സ്ഥലങ്ങളിലും ആളുകൾ അദ്ദേഹത്തെ അവർക്ക് ഇഷ്ടമുള്ള പേരുകൾ വിളിച്ചു. അദ്ദേഹത്തിന് വേണമെങ്കിൽ ആളുകളെ തിരുത്താമായിരുന്നു, " ഹേയ്, എന്റെ പേര് ഗൗതം സിദ്ധാർത്ഥ എന്നാണ്, നിങ്ങൾ എന്നെ അങ്ങനെ വിളിക്കണം" എന്ന് പറയാമായിരുന്നു, പക്ഷേ അദ്ദേഹം അങ്ങനെ ചെയ്തില്ല.

ഒരു യോഗ ക്ലാസ്സിന് അഹംബോധ രഹിത അന്തരീക്ഷമുണ്ടായിരിക്കണം എന്ന് ഞാൻ വിശ്വസിക്കുന്നു.

ചില യോഗ പരിശീലിക്കുന്നവർ, പ്രത്യേകിച്ച് പാശ്ചാത്യർ, അവരുടെ യഥാർത്ഥ പേര് മാറ്റി, മറ്റൊരു ആത്മീയ നാമം സ്വീകരിക്കുന്നതായി കാണാറുണ്ട്. സത്യത്തിൽ ആത്മാവിന് ഇതുമായി യാതൊരു ബന്ധവുമില്ലെന്ന് ഞാൻ വിശ്വസിക്കുന്നു, ഒരു യോഗിക്ക്, ഞാൻ മുമ്പ് പറഞ്ഞതുപോലെ, പേര് ഒരു മൂടുപടം മാത്രമാണ്. അതുകൊണ്ടു തന്നെ നിങ്ങളുടെ പേര് മാറ്റുന്നതിലൂടെ ആത്മീയ പുരോഗതി കൈവരിക്കാൻ സാധിക്കുമെന്ന് ഞാൻ വിശ്വസിക്കുന്നില്ല. ഇനി ഒരു പക്ഷേ, നിങ്ങളുടെ ഒരു മാനസികമായ സന്തോഷത്തിനോ, സമൂഹത്തിൽ ഒരു സ്ഥാനം ആഗ്രഹിച്ചോ, മറ്റോ ആണെങ്കിൽ ആവാം, പക്ഷേ അതിനു മുൻപായി നിങ്ങളുടെ മാതാപിതാക്കളുടെ അനുമതി ചോദിക്കണം, കാരണം നിങ്ങളുടെ പേര് നിങ്ങളുടെ മാതാപിതാക്കളുടെ സ്നേഹമാണ്. അവർ എത്രയോ ആഗ്രഹത്തോടെ ആയിരിക്കും നിങ്ങൾക്ക് നിങ്ങളുടെ പേര് നൽകിയത്. അത് കൊണ്ട് ആദ്യം അവരോട് അനുമതി ചോദിക്കുക.

ശരി, അഹംബോധ രഹിത അന്തരീക്ഷം എങ്ങനെയാണ് എന്ന് നിങ്ങൾക്ക് മനസിലായി കാണും എന്ന് ഞാൻ കരുതുന്നു. ഇനി നിയന്ത്രിത അഹംബോധത്തോടെ ജീവിക്കുന്നത് എങ്ങനെയെന്ന് നമുക്ക് നോക്കാം.

ഉദാഹരണത്തിന്; ഞാൻ എന്റെ ക്ലാസ്സിൽ നിന്ന് പുറത്തിറങ്ങി, ഷൂസ് ധരിച്ച്, ഞാൻ തെരുവിലേക്ക് പോകുന്നു... ഞാൻ ഒരു പ്രവാസിയാണ്, ചിലപ്പോൾ പോലീസ് എന്നോട് എന്റെ തിരിച്ചറിയൽ കാർഡ് ചോദിക്കുമ്പോൾ, "നമ്മൾ എല്ലാവരും ആത്മാക്കളാണ്, പേര്

ഒരു മൂടുപടം മാത്രമാകുന്നു" എന്ന് ഞാൻ മറുപടി പറയുന്നു എന്ന് സങ്കൽപ്പിക്കുക, അപ്പോൾ പോലീസ് പ്രതികരിക്കും, "ശരി ആത്മാവേ, ഞങ്ങളുടെ കൂടെ വരൂ, നിങ്ങളെപ്പോലെയുള്ള കൂടുതൽ ആത്മാക്കൾ ഉള്ള ഒരു സ്ഥലത്തേക്ക് ഞങ്ങൾ നിങ്ങളെ കൊണ്ടുപോകാം."

ശരിയെല്ലേ?, അതുകൊണ്ടു, അങ്ങനെ ഒരു സാഹചര്യത്തിൽ ഞാൻ എന്റെ അഹംബോധം കാണിക്കണം, എന്റെ പേര്, വിലാസം, എല്ലാം വ്യക്തമായി പറയണം, ജീവിക്കാൻ അഹംബോധം ആവശ്യമാണ്. അഹംബോധം ഇല്ലാതെ നമുക്ക് ഈ ലോകത്ത് ഒരു സാമൂഹിക ജീവിതം നയിക്കാൻ കഴിയില്ല. പക്ഷേ നമുക്കെല്ലാവർക്കും അമിതമായ ഈഗോ (അഹങ്കാരം) ഉണ്ട് എന്നതാണ് സത്യം, അത് തന്നെയാണ് നമ്മുടെ പ്രശ്നവും. ആവശ്യത്തിലധികം അഹംബോധത്തോടെയാണ് നമ്മൾ ജീവിക്കുന്നത്. പക്ഷേ നമ്മൾ അതിനെക്കുറിച്ച് ബോധവാന്മാരല്ല. അഹംബോധം അതിരുകടക്കുമ്പോഴാണ് അഹങ്കാരമായി മാറുന്നത്.

എല്ലാ പ്രശ്നങ്ങളുടെയും ഉത്ഭവം നോക്കിയാൽ, അത് നമ്മുടെ അഹങ്കാരം (egoism) മൂലമാണ് എന്ന് കാണുവാൻ സാധിക്കും. അഹംബോധമില്ലാത്ത ഒരു സാഹചര്യം നമ്മൾ അനുഭവിച്ചിട്ടില്ലാത്തതിനാൽ അത് സാധാരണമാണെന്ന് നമ്മൾ കരുതുന്നു. ഞാൻ മൂന്ന് സാഹചര്യങ്ങളെക്കുറിച്ച് എഴുതാം: അഹംബോധം രഹിതം (അഹം), നിയന്ത്രിത അഹംബോധം (അഹംബോധം), അനിയന്ത്രിത അഹംബോധം (അഹങ്കാരം).

സാധാരണ ജീവിതത്തിൽ ഭൂരിഭാഗം ആളുകളും നിയന്ത്രിത അഹംബോധം, അനിയന്ത്രിത അഹംബോധം എന്നി രണ്ടു സാഹചര്യങ്ങളിലൂടെ മാത്രമേ കടന്നുപോകുന്നുള്ളൂ. അവർ ഒരിക്കലും അഹംബോധരഹിത അവസ്ഥയിലൂടെ കടന്നുപോയിട്ടില്ല, അത് കൊണ്ട് തന്നെ നാം നമ്മുടെ അഹങ്കാരത്തെ കുറിച്ച് ബോധവാന്മാരല്ല. ആ ഒരു അവസ്ഥ അനുഭവിച്ചാൽ മാത്രമേ നമ്മളിൽ അഹങ്കാരം ഉളവാക്കുന്ന സഹചര്യങ്ങൾ ഉണ്ടാകുമ്പോൾ നമ്മൾക്ക് തിരിച്ചറിയാൻ സാധിക്കൂ. ഒരു ഉദാഹരണത്തിലൂടെ, ഞാൻ പറയുന്നത് നിങ്ങൾക്ക് വ്യക്തമാകും: ജീവിതത്തിൽ പട്ടിണി കിടന്ന ഒരാൾ, അമിതമായി ഭക്ഷണം

കഴിക്കുമ്പോൾ, അയാൾക്ക് അത് അമിതമാണ് എന്ന തിരിച്ചറിവ് ഉണ്ടാവും. അയാൾ തീർച്ചയായിട്ടും ഭക്ഷണം വേസ്റ്റ് ആക്കാതിരിക്കാൻ ശ്രമിക്കുകയും ചെയ്യും. എന്നാൽ ജീവിതത്തിൽ ഒരിക്കലും പട്ടിണി അനുഭവപ്പെടാത്ത ഒരാൾ അമിതമായ ഭക്ഷണത്തിനെ കുറിച്ച് ബോധവാനായിരിക്കില്ല, അയാൾക്ക് അത് സാധാരണമായിരിക്കും. അയാൾ

ഭക്ഷണം വേസ്റ്റ് കുട്ടയിൽ കളയും, കാരണം അയാൾ കണ്ടു വളർന്നത് അതായിരുന്നു, തന്റെ മാതാപിതാക്കൾ ഭക്ഷണം പാഴാക്കുന്നു, താനും ഭക്ഷണം പാഴാക്കുന്നു, സംശയമില്ല അയാളുടെ കുട്ടികൾ, അവരും ഭക്ഷണം പാഴാക്കും. ജീവിതത്തിൽ, ഭക്ഷണം ഇല്ലാത്ത അവസ്ഥ, പട്ടിണി അനുഭവിച്ചിട്ടുള്ള ഒരാൾക്ക് തീർച്ചയായിട്ടും ഒരു തരി ഭക്ഷണം കളയുവാൻ സാധിക്കില്ല, അഥവാ കളയാൻ പോകുകയാണെങ്കിൽ വിശന്നു കരയുന്ന കുട്ടികളുടെ മുഖങ്ങൾ അയാളുടെ മനസിലേക്ക് ഓടി എത്തും.

നമ്മൾ യോഗ ക്ലാസ്സിൽ അഹംബോധ രഹിത അവസ്ഥ പരിശീലിക്കുന്നതിനാൽ, നാം ആ അനുഭവത്തിലൂടെ കടന്നു പോകുന്നു. പിന്നീട് നമ്മുടെ ദൈനംദിന ജീവിതത്തിൽ അമിതമായ അഹംബോധത്തിലൂടെ (അഹങ്കാരം) കടന്നുപോകുന്ന സാഹചര്യം ഉണ്ടാവുമ്പോൾ നമുക്ക് നമ്മുടെ ഉള്ളിൽ നിന്ന് ഒരു മുന്നറിയിപ്പ് ലഭിക്കുന്നതാണ്.

സൂക്ഷിച്ചു നോക്കിയാൽ നമ്മുടെ ദൈനദിന ജീവിതത്തിൽ അമിതമായ അഹംബോധം എങ്ങനെ നമ്മെ സ്വാധീനിക്കുന്നു എന്ന് നമുക്ക് കാണുവാൻ സാധിക്കും. ഉദാഹരണത്തിന്: ഓഫീസിൽ, നിങ്ങൾ രണ്ട് മണിക്കൂർ കമ്പ്യൂട്ടറിന് മുന്നിൽ ഇരുന്നു ജോലി ചെയ്യുന്നു, നിങ്ങൾ ടോയ്‌ലറ്റിൽ പോകാനോ, കാപ്പി കുടിക്കാനോ വേണ്ടി എഴുന്നേൽക്കുന്നു. ഇടനാഴിയിൽ, തറയിൽ ഒരു കടലാസ് കഷണം കാണുമ്പോൾ, അത് എടുത്ത് ചവറ്റുകുട്ടയിലേക്ക് ഇടാൻ നിങ്ങളുടെ സഹജാവബോധം നിങ്ങളോട് ആവശ്യപ്പെടുന്നു, എന്നാൽ നിങ്ങളുടെ അഹങ്കാരം നിങ്ങളോട് പറയുന്നു: "അത് നിങ്ങളുടെ ജോലിയല്ല, അത് ഓഫീസ് വൃത്തിയാക്കുന്ന വ്യക്തിയുടെ പണി ആണ്, അത് അയാൾ എടുക്കട്ടെ", ഇതാണ് നിങ്ങളുടെ അമിതമായ അഹംബോധം. നിങ്ങളുടെ സഹജാവബോധം, നിങ്ങളുടെ ശരീരം ആ കടലാസു കഷണം നിലത്തു നിന്നും എടുക്കാൻ ആഗ്രഹിക്കുന്നു, നിങ്ങൾക്ക് ഒന്നും നഷ്ടപ്പെടാൻ പോകുന്നില്ല, നേരെ മറിച്ചു നിങ്ങൾ ഒന്നു കുനിയുന്നതിലൂടെ നിങ്ങളുടെ പുറത്തിനു അൽപ്പം വ്യായാമം ലഭിക്കുന്നു, പക്ഷേ അമിതമായ അഹംബോധം നിങ്ങളെ സ്വതന്ത്രരായിരിക്കാൻ അനുവദിക്കുന്നില്ല.

മറ്റൊരു ഉദാഹരണം: നിങ്ങൾ സ്ഥിരം പറയാറുള്ള കാര്യമാണ് "ഞാൻ അവളുടെ ജന്മദിനത്തിൽ അവളെ അഭിനന്ദിക്കാൻ പോകുന്നില്ല, കാരണം അവൾ എന്റെ ജന്മദിനത്തിൽ എന്നെ വിഷ് ചെയ്തില്ല". "ഞാൻ അവനെ വിളിക്കാൻ പോകുന്നില്ല, കാരണം അവൻ എന്നെ ഒരിക്കലും വിളിക്കാറില്ല, ഞാൻ അവളുടെ വീട്ടിലേക്ക് പോകുന്നില്ല, കാരണം അവൾ ഒരിക്കലും എന്റെ വീട്ടിൽ വന്നിട്ടില്ല." ഇത് പോലെ എത്ര എത്ര

നല്ല മുഹൂർത്തങ്ങളാണ് നമ്മുടെ അമിതമായ അഹംബോധവും, ദുരഭിമാനവും കാരണം നമുക്ക് നഷ്ടപ്പെടുന്നത്. നമ്മുടെ അഹംബോധത്തിനുമേൽ നിയന്ത്രണമുണ്ടെങ്കിൽ നമുക്ക് സമാധാനത്തോടെ ജീവിക്കാം.

വായുവിൽ ഉയർന്നു ധ്യാനിച്ചുകൊണ്ടിരിക്കുന്ന യോഗിയുടെ ഫോട്ടോയോ വീഡിയോയോ തീർച്ചയായും നിങ്ങൾ കണ്ടിട്ടുണ്ടാവും. നാം ധ്യാനിക്കുമ്പോൾ, നമ്മുടെ അഹംബോധം കുറയുന്നു. അഹംബോധം ഭാരം പോലെയാണെങ്കിൽ, അത് ഉപേക്ഷിക്കുമ്പോൾ, നമ്മൾ സ്വതന്ത്രരാകും.

യോഗയുടെ പരിവർത്തനം

എന്റെ കാഴ്ചപ്പാടിൽ, ഇന്ന് പലർക്കും യോഗ ഒരു കായിക വിനോദമോ ഫിറ്റ്നസോ ആയി മാറിയിരിക്കുകയാണ്. അതിന്റെ ആത്മീയത, യഥാർത്ഥ ലക്ഷ്യം നഷ്ടപ്പെട്ടുകൊണ്ടിരിക്കുന്നു. ഇത് വളരെ സങ്കടകരമായ ഒരു സത്യമാണ്.

മതങ്ങൾ ഒരു ആത്മീയ ആചാരമായിരിക്കണം. എന്നാൽ അഴിമതി ഇന്ന് അതിനെ ഒരു കച്ചവടത്തിന്റെ മേലങ്കി അണിയിച്ചു. നമ്മിൽ പലർക്കും അതിൽ വിശ്വാസം നഷ്ടപ്പെട്ടുകൊണ്ടരിക്കുന്നു. യോഗയുടെ കാര്യത്തിലും ഇതു തന്നെയാണ് സംഭവിച്ചുകൊണ്ടിരിക്കുന്നത് എന്ന് ഞാൻ കരുതുന്നു. യോഗ ഒരു ആത്മീയ പരിശീലനമായിരുന്നു, പക്ഷേ ഇന്ന് അത് വിപണനം ചെയ്യപ്പെട്ടു. അതൊരു വലിയ കച്ചവടമായി മാറി, ആത്മീയത, അതിന്റെ സത്ത നഷ്ടപ്പെട്ടു. വളരെ സങ്കടകരമാണ്. യോഗയെക്കുറിച്ചുള്ള പുരാതന ഗ്രന്ഥങ്ങൾ നിങ്ങൾ അവലോകനം ചെയ്താൽ, ഓരോ യോഗിയും തന്റെ സാധനയെ രഹസ്യമായി സൂക്ഷിക്കണം, ഇല്ലെങ്കിൽ ആത്മീയ ശക്തി നഷ്ടപ്പെടുമെന്ന് രേഖപ്പെടുത്തിയിരിക്കുന്നത് നിങ്ങൾക്ക് വ്യക്തമായി കാണാൻ കഴിയും. ഇതിനർത്ഥം യോഗികൾ അവരുടെ വിദ്യ അപരിചിതരുടെ മുൻപിൽ പ്രകടിപ്പിക്കരുത്, ഈ മഹാ വിദ്യ ശിഷ്യൻമാരുമായി മാത്രമേ പങ്കിടാൻ പാടുള്ളൂ. അതെ, നമ്മുടെ അറിവുകൾ മറ്റുള്ളവരുമായി പങ്കിടാനുള്ളതാണ്, പക്ഷേ ആ അറിവ് കൃത്യമായി തലപര്യമുള്ളവർക്കു നൽകിയില്ലെങ്കിൽ, അത് ദുരുപയോഗപ്പെടും. ഉദാഹരണത്തിന്: ശരിക്കും വിശക്കുന്ന ഒരാൾക്ക് നിങ്ങൾ തയ്യാറാക്കിയ

ഭക്ഷണം കൊടുക്കുന്നത് പോലെയാണ് ഇത്. വിശപ്പില്ലാത്ത ഒരാൾ നിങ്ങൾ സ്നേഹപൂർവ്വം നൽകിയ ഭക്ഷണം ചിലപ്പോൾ ചവർ കൊട്ടയിൽ ഏറിയും. നിങ്ങൾ പ്രശസ്തി തേടുകയും ആളുകൾ നിങ്ങളുടെ പ്രകടനത്തെ അഭിനന്ദിക്കുകയും ചെയ്യണമെന്ന് ആഗ്രഹമുണ്ടെങ്കിൽ, നിങ്ങൾ ഒരു നർത്തകിയോ കായികതാരമോ ആകാൻ ശ്രമിക്കുന്നതാണ് നല്ലത്. കാരണം യോഗ ഒരു ആത്മീയ പാതയാണ്.

പരിണാമവും അതുമായി പൊരുത്തപ്പെടുന്നതും നല്ലതാണെന്ന് ഞാൻ കരുതുന്നു; ഒന്നുമില്ലാതെ ഇരിക്കുന്നതിനേക്കാൾ നല്ലതാണല്ലോ, എന്തെങ്കിലും ഉള്ളത്. എന്നാൽ ആ 'എന്തെങ്കിലും', നിലകൊള്ളുന്ന യാഥാർത്ഥ്യത്തെ ദോഷം ചെയ്യുന്ന രീതിയിൽ ആകരുത് എന്ന് മാത്രം. അതിനാൽ, നിങ്ങൾക്ക് ആസനങ്ങൾ മാത്രം അവതരിപ്പിക്കാനും പഠിപ്പിക്കാനും താൽപ്പര്യമുണ്ടെങ്കിൽ... ദയവായി ഇതിനെ യോഗ എന്ന് വിളിക്കരുത്, നിങ്ങൾക്ക് മറ്റെന്തെങ്കിലും പേര് വിളിക്കാം.

ഞാൻ വീണ്ടും പറയുന്നു, ആത്മീയത ഒരു കച്ചവടമല്ല. യോഗ ഒരു ആത്മീയ പരിശീലനമാണ്, അതിനാൽ യോഗ ഒരു കച്ചവടം അല്ല. ഇത് വളരെ പ്രധാനമാണ്.

ഒരു സ്കൂൾ അധ്യാപകനും യോഗ ഗുരുവും തമ്മിലുള്ള വ്യത്യാസം, ഒരു സ്കൂൾ അധ്യാപകൻ നമ്മളെ ഭൗതികമായ ലോകത്ത് എങ്ങനെ ജീവിക്കാമെന്ന് പഠിപ്പിക്കുന്നു, അച്ചടക്കം, വിവരം, വിദ്യ, അറിവ് മുതലായവ. ഒരു യോഗ ഗുരു, സംതൃപ്തിയും ആന്തരിക സമാധാനവും കണ്ടെത്താൻ നിങ്ങളെ സഹായിക്കുന്നു.

അതെ, അറിവും വസ്തുക്കളും വളരെ പ്രധാനമാണ്, എന്നാൽ നിങ്ങൾക്ക് എല്ലാം ഉണ്ടായിട്ടും നിങ്ങൾ തൃപ്തനല്ലങ്കിൽ, മനസമാധാനമില്ലെങ്കിൽ എന്തായിരിക്കും അവസ്ഥ. ദിനംപ്രതി എത്രയോ വിദ്യസമ്പന്നരാണ് ആത്മഹത്യാ ചെയ്യുന്നത്, ഒന്ന് ചിന്തിച്ചു നോക്കു.

ഭയം

യോഗയുടെ പാതയിലെ ഏറ്റവും വലിയ ഒരു തടസ്സമാണിത്. നമുക്ക് ഭയം ഇല്ലാതാക്കാൻ കഴിയില്ല, പക്ഷേ നമുക്ക് അതിനെ നിയന്ത്രിക്കാൻ കഴിയും. ഭയത്തിനുള്ള കാരണങ്ങൾ പലതാണ്. ഞാൻ ഇവിടെ മൂന്ന് പ്രധാന കാരണങ്ങളെ കുറിച്ച് സംസാരിക്കുവാൻ ആഗ്രഹിക്കുന്നു. ഒന്ന്: കാര്യങ്ങൾ ചെയ്യുവാനുള്ള ഭയം, രണ്ട്: നഷ്ടപ്പെടുമോ എന്ന ഭയം, മൂന്ന്: മരണഭയം.

കാര്യങ്ങൾ ചെയ്യുവാനുള്ള ഭയം

ചിലപ്പോൾ പുതിയ കാര്യങ്ങൾ ചെയ്യാൻ നമ്മൾ ഭയപ്പെടുന്നു, ഒരു പക്ഷേ തെറ്റായി പോയാൽ മറ്റുള്ളവർ എന്ത് വിചാരിക്കും എന്ന് നമ്മൾ ചിന്തിക്കുന്നത് കൊണ്ടാണത്. അവർ എന്നെ കുറ്റപ്പെടുത്തും, എന്നെ കളിയാക്കും, അവർ എന്നെ അംഗീകരിക്കില്ല, ഒരിക്കലും എന്നോട് ക്ഷമിക്കില്ല. എന്നെല്ലാം ചിന്തിച്ച് നാം മാറി നിൽക്കുന്നു. സത്യത്തിൽ ആത്മവിശ്വാസക്കുറവാണ് ഇതിനു പിന്നിൽ.

പക്ഷേ ഞാൻ ചോദിക്കുന്നു: യോഗയിലൂടെ നമ്മൾ എന്താണ് പഠിക്കുന്നത്?..., ആരും തന്നെ പൂർണ്ണരല്ല. നമ്മൾ ഓരോ പ്രവർത്തിയിലൂടെയും പൂർണ്ണരാകാൻ ശ്രമിക്കുന്നു. ശ്രമം, അതാണ് പ്രധാനം, ശ്രമം എന്നുള്ളത് വർത്തമാനകാലമാണ്, അതിന്റെ ഫലം നല്ലതോ മോശമോ എന്നുള്ളതിനെ കുറിച്ച് ചിന്തിച്ച് നാം വിഷമിക്കാതിരിക്കുക, കാരണം ഫലം, അത് ഭാവിയാണ്. ഫലങ്ങൾ പിന്നീട് വരുന്നു. ശ്രമം നിലവിലുണ്ട്, വർത്തമാനകാലത്ത് ആയിരിക്കാൻ നമ്മൾ ആഗ്രഹിക്കുന്നു, ആ നിമിഷത്തിൽ ശ്രദ്ധ കേന്ദ്രീകരിക്കുക..

നാമെല്ലാവരും ഈ ഭൂമിയിൽ ജനിക്കുന്നത് വെറുംകൈയോടെയാണ്, തീർച്ചയായും നമ്മൾക്ക് വ്യത്യസ്ത കഴിവുകളുണ്ട്, എന്നാൽ അതിനർത്ഥം ആരെങ്കിലും നിങ്ങളെക്കാൾ ഉയർന്നതോ മികച്ചതോ ആണെന്നല്ല. നിങ്ങൾക്ക് സത്യസന്ധമായി എന്തെങ്കിലും ചെയ്യാൻ താൽപ്പര്യമുണ്ടെങ്കിൽ, നിങ്ങൾ ഭയപ്പെടാതെ അതിനായി ശ്രമിക്കണം. ജീവിതം ഒരു മാരത്തോൺ ആണ്. അതിൽ പങ്കെടുക്കുക, പൂർത്തീകരിക്കുവാൻ ശ്രമിക്കുക എന്നുള്ളതാണ് പ്രധാനം. ജീവിതത്തിൽ അനുഭവപരിചയം വളരെ പ്രധാനമാണ്. അനുഭവം ലഭിക്കാൻ, നിങ്ങൾ ശ്രമിക്കേണ്ടതുണ്ട്. ഒന്നും ചെയ്യാതെ മാറിനിന്നാൽ നിങ്ങൾക്ക് എങ്ങനെ അനുഭവപരിചയം ലഭിക്കുവാനാണ്?. അത് കൊണ്ട്, നിങ്ങൾക്ക് ശരി എന്ന് തോന്നുന്നത് ചെയ്യാൻ ശ്രമിക്കുക.

നഷ്ടപ്പെട്ടുമോ എന്ന ഭയം

ഇത് രണ്ടായി തിരിക്കാം, ഭൗതിക വസ്തുക്കൾ നഷ്ടപ്പെടുന്നതും, ബന്ധങ്ങൾ നഷ്ടപ്പെടുന്നതും.

ഭൗതിക വസ്തുക്കൾ നഷ്ടപ്പെട്ടുമോ എന്ന ഭയം നിയന്ത്രിക്കാൻ, ആദ്യം തന്നെ മനുഷ്യജീവിതത്തിലെ അടിസ്ഥാന ആവശ്യങ്ങളെക്കുറിച്ച് നമ്മൾ അറിഞ്ഞിരിക്കണം. എന്താണ് അടിസ്ഥാന ആവശ്യങ്ങൾ,

1) ഭക്ഷണവും വെള്ളവും, 2) വസ്ത്രവും പാർപ്പിടവും. 3) വിദ്യാഭ്യാസവും ജോലിയും.

ഭക്ഷണം: നിങ്ങൾക്ക് ഞാൻ പറയാതെ തന്നെ അറിയുമായിരിക്കും, ഭക്ഷണം കഴിക്കേണ്ടത് ജീവനും ആരോഗ്യവും നിലനിർത്തുവാൻ വേണ്ടിയാണ്, അല്ലാതെ ഭക്ഷണം കഴിക്കുവാൻ വേണ്ടി ജീവിക്കുകയെല്ല. നിങ്ങളുടെ ജീവിത സാഹചര്യങ്ങൾക്ക് അനുസരിച്ച ആരോഗ്യകരമായ ഭക്ഷണരീതികൾ തിരഞ്ഞെടുക്കണം. എന്തിനു വേണ്ടിയാണ് നാം ഭക്ഷണം കഴിക്കുന്നത് എന്ന പൂർണ്ണബോധം ഉണ്ടായിരിക്കണം.

വസ്ത്രം: യഥാർത്ഥത്തിൽ വസ്ത്രം ധരിക്കുന്നത്, നഗ്നത മറക്കുവാനും, ശരീരത്തെ സംരക്ഷിക്കുവാനും ആണ്. ധരിക്കുന്ന വസ്ത്രങ്ങൾ ശാരീരിക ചലനങ്ങൾക്ക് സുഖപ്രദമായിരിക്കണം എന്ന് മാത്രം.

പാർപ്പിടം: ഇവിടെ നാം തെറ്റിദ്ധരിക്കപ്പെടുന്നു, "ഒരു പാർപ്പിടം" എന്ന് പറയുമ്പോൾ നമ്മൾ "നമ്മുടെ വീട്" എന്ന് ചിന്തിക്കുന്നു. എങ്കിൽ യഥാർത്ഥത്തിൽ, അടിസ്ഥാന ആവശ്യങ്ങളിൽ പാർപ്പിടം എന്ന് കൊണ്ട് ഉദ്ദേശിക്കുന്നത് പാർക്കാനുള്ള ഒരു ഇടം, തലചായ്ക്കാൻ ഒരു ഇടം, ചൂട്, തണുപ്പ്, മഴ, വന്യമൃഗങ്ങൾ മുതലായവയിൽ നിന്ന് നമ്മെ സംരക്ഷിക്കുന്ന ഒരു ഇടം, സുരക്ഷിതമായ ഒരു ഇടം. ചിലപ്പോൾ ഒരു

മുറിയിൽ നിരവധി ആളുകൾ ഒരുമിച്ച് താമസിക്കുന്നുണ്ടാകും. നിങ്ങൾക്ക് മാത്രമായി ഒരു മുറി ഉണ്ടെങ്കിൽ അത് ഒരു ആഡംബരമാണ്, നിങ്ങൾക്ക് സ്വന്തമായി ഒരു വീടുണ്ടെങ്കിൽ അത് ഒരു മഹാ ആഡംബരമാണ്. അപ്പോൾ രണ്ടോ മൂന്നോ വീടുകൾ ഉണ്ടെങ്കിൽ ഞാൻ പറയേണ്ടതില്ലല്ലോ. എല്ലാവരും ഒറ്റ മുറിയിൽ കഴിയണമെന്നോ, വലിയ വീടുകൾ പണിയരുത് എന്നോ അല്ല ഞാൻ ഇവിടെ ഉദ്ദേശിച്ചത്. എല്ലാം മറന്നു ആർഭാടങ്ങൾക്കു പിന്നാലെ പരക്കം പായുന്ന ഇന്നത്തെ സമൂഹം ഈ സത്യങ്ങൾ ഒക്കെ ഒന്ന് ഓർത്തിരിക്കുന്നത് നല്ലതായിരിക്കും എന്ന് മാത്രമേ ഞാൻ പറയുന്നുള്ളൂ.

ഇനി നിങ്ങൾ ഒന്ന് ചിന്തിച്ചുനോക്കൂ... നിങ്ങൾ എത്രയോ ഭാഗ്യവാൻ അല്ലെങ്കിൽ ഭാഗ്യവതി ആണ്. നിങ്ങൾക്ക് മൂന്ന് നേരം ആഹാരം ലഭിക്കുന്നു, ഭംഗിയുള്ള വസ്ത്രങ്ങൾ, താമസിക്കാൻ ഒരു വീട് (ചെറുതാണെങ്കിൽ പോലും). നമ്മുടെ കുറവുകളെ ഓർത്ത് ദുഃഖിക്കാതെ, നമ്മൾക്ക് ലഭിച്ചിരിക്കുന്ന അനുഗ്രഹങ്ങളെ ഓർത്ത് സന്തോഷിക്കുവാൻ ശ്രമിക്കുക.

അടുത്തതായി വരുന്നത് വിദ്യാഭാസവും ജോലിയും. നിങ്ങൾ ആത്മാർത്ഥതയും ആത്മവിശ്വാസവും ഉള്ള ഒരു കഠിനാധ്വാനി ആണെങ്കിൽ, തീർച്ചയായും നിങ്ങൾക്ക് നിത്യ ജീവിതത്തിനുള്ള ജോലി ഉണ്ടാകും. ഇതെല്ലാം ആണ് അടിസ്ഥാന ആവശ്യങ്ങൾ, ബാക്കിയുള്ളത് എല്ലാം ഒരു വിനോദം പോലെയാണ്, ചിലപ്പോൾ നമ്മൾ വിജയിക്കും, ചിലപ്പോൾ തോൽക്കും. എല്ലാം വരുന്നു, പോകുന്നു.

ഇനി ബന്ധങ്ങൾ നഷ്ടപ്പെടുമോ എന്ന ഭയം എങ്ങനെ എന്ന് നോക്കാം: ഇത് വളരെ സാധാരണയായി നമ്മളിൽ അനുഭവപ്പെടുന്ന ഒരു ഭയമാണ്, പങ്കാളിയെ നഷ്ടപ്പെടുമോ എന്ന ഭയം, കുട്ടികളെ നഷ്ടപ്പെടുമോ, സുഹൃത്തുക്കളെ നഷ്ടപ്പെടുമോ, അയൽക്കാരനെ നഷ്ടപ്പെടുമോ എന്ന ഭയം തുടങ്ങിയവ.

നമ്മുടെ സന്തോഷവും സമാധാനവും മറ്റുള്ളവരെ ആശ്രയിച്ചിരിക്കുന്നു എന്ന് നാം വിശ്വസിക്കുന്നതിനാലാണ് ഈ ഭയം നമുക്ക് അനുഭവപ്പെടുന്നത്. എന്നാൽ എല്ലാത്തിനും അതിന്റേതായ പരിധിയുണ്ട്, ബന്ധങ്ങളിലും ആ പരിധി ഉണ്ടെന്നുള്ളത് നാം ഒരിക്കലും മറക്കരുത്. ബന്ധങ്ങളെ കൊണ്ട് നമ്മുടെ കണ്ണുകൾ മൂടപെട്ടാൽ മറ്റൊന്നും കാണാൻ കഴിയില്ല. നമ്മുടെ ധർമ്മം നിറവേറ്റുന്നതിനാണ് നാം ഈ ലോകത്തിൽ ജനിച്ചത്, അത് എപ്പോഴും ഓർക്കുക. ഞാൻ മുൻപ് പറഞ്ഞത് പോലെ... ബന്ധങ്ങൾ കച്ചവടമല്ല. അവ കരാറുകളും അല്ല. ബന്ധങ്ങൾ ഊർജ്ജമാണ്, ശുദ്ധമായ ഊർജ്ജം.

എല്ലാ ഭയങ്ങളുടെയും അടിത്തട്ടിലേക്ക് നോക്കുകയാണെങ്കിൽ, നമ്മൾക്ക് സ്വാർത്ഥത കാണുവാൻ സാധിക്കും. സ്വാർത്ഥതയാണ് ഭയത്തിന്റെ അടിസ്ഥാനം.

തന്റെ കാമുകൻ അല്ലെങ്കിൽ കാമുകി നഷ്ടപ്പെടും എന്നുള്ള ഭയം. ഈ ഭയമാണ് നമ്മെ പല തെറ്റുകളിലേക്കും കൊണ്ടെത്തിക്കുന്നത്, കമിതാക്കൾ സ്ഥിരമായി പറയാറുള്ള ഒരു വാചകമാണ്: "നീ ഇല്ലാതെ എനിക്ക് ജീവിക്കാൻ പറ്റില്ല". ഇത് തിരുത്തേണ്ട സമയം അതിക്രമിച്ചു. "നീ ഇല്ലെങ്കിലും ഞാൻ ജീവിക്കും" എന്ന് പുതിയ തലമുറയെ നമുക്ക് പറഞ്ഞു പഠിപ്പിക്കാം. അങ്ങനെ ഒരു പരിധി വരെ പ്രണയനൈരാശ്യം മൂലമുള്ള ആത്മഹത്യകളും കുറ്റകൃത്യങ്ങളും ഒഴിവാക്കാൻ സാധിക്കും.

എല്ലാവരും പ്രത്യേകത ഉള്ളവരാണ്, ആരും മികച്ചവരല്ല, ആരും തന്നെ മോശവും അല്ല. നിങ്ങൾ യഥാർത്ഥത്തിൽ നിങ്ങളായി തന്നെ ജീവിക്കാൻ ശ്രമിക്കുക, ആരുടെയും ജീവിതം അനുകരിക്കാൻ ശ്രമിക്കരുത്. നിങ്ങളുടെ സന്തോഷത്തിന്റെ ഉത്തരവാദിത്തം മറ്റുള്ളവർക്ക് നൽകരുത്. സന്തോഷവും ദുഃഖവും എല്ലാം നിങ്ങൾ സ്വയം തിരഞ്ഞെടുക്കുന്നു.

മരണഭയം

ഇതാണ് ഏറ്റവും ശക്തമായ ഭയം. മരണത്തെ ഭയപ്പെടുന്നത് സ്വാഭാവികമാണ്, പക്ഷേ ഈ ഭയം നിയന്ത്രണാതീതമായാൽ അത് നല്ലതല്ല. ഇന്ത്യയിൽ, ആളുകൾ പലപ്പോഴും മരണത്തെക്കുറിച്ചു സംസാരിക്കാറുണ്ട്, സംഭാഷണങ്ങളിൽ അത് സാധാരണമാണ്. എന്നാൽ പാശ്ചാത്യ രാജ്യങ്ങളിൽ ആളുകൾ മരണത്തെക്കുറിച്ച് അപൂർവമായേ സംസാരിക്കാറുള്ളൂ, ആരും ഇതിനെക്കുറിച്ച് കേൾക്കാൻ ആഗ്രഹിക്കുന്നില്ലെന്നും, അവർക്ക് ആ വിഷയത്തിൽ താൽപ്പര്യമില്ലെന്നും ഞാൻ മനസ്സിലാക്കി. അത് നല്ലതാണെന്ന് ഞാൻ കരുതുന്നു. എന്തിനാണ് എപ്പോഴും മരണത്തെക്കുറിച്ച് സംസാരിക്കുന്നത്? സമയമാകുമ്പോൾ നമ്മൾ എല്ലാവരും മരിക്കും, അല്ലെ. പക്ഷേ, ഇവിടെ ഒരു പ്രശ്നമുണ്ട്, ആളുകൾ അതിനെക്കുറിച്ച് സംസാരിക്കാൻ ആഗ്രഹിക്കുന്നില്ലെങ്കിലും, ഉള്ളിൽ അവർ ആ ഭയത്തോടെ ജീവിക്കുന്നു, ഇത് നല്ലതല്ല. മരണത്തെക്കുറിച്ച് സംസാരിക്കുകയും കേൾക്കുകയും വേണം, മരണം എന്താണ് എന്ന് മനസിലാക്കുകയും വേണം, അത് ആരോഗ്യകരമാണ്.

മരണം എന്താണ് എന്ന് നമുക്ക് ഒന്ന് വിശകലനം ചെയ്യാം, മരിക്കുന്നത് മോശമാണെന്ന് അല്ലെങ്കിൽ ഒരു ദുരന്തമാണെന്ന് നിങ്ങളോട് ആരാണ് പറഞ്ഞത്? നമുക്ക് നമ്മുടെ ബാല്യകാലത്തിലേക്ക് ഒന്ന്

തിരഞ്ഞു നോക്കാം, സമൂഹത്തിൽ നിന്നും മാതാപിതാക്കളിൽ നിന്നും എന്ത് വിവരങ്ങളാണ് നമുക്ക് ലഭിച്ചത്: മരണം മോശമാണ്, അല്ലേ? പക്ഷേ, വാസ്തവത്തിൽ, മരിക്കുന്നത് മോശമല്ല, എന്നാൽ അത് നല്ലതും അല്ല. മരണം ഒരു സത്യമാണ്, ഒരു വലിയ സത്യം. ജീവിതത്തിലെ ഒരേയൊരു ഉറപ്പ്, ഒരു ദിവസം നാമെല്ലാവരും മരിക്കും എന്നുള്ളതാണ്. എന്നാൽ എപ്പോൾ, എവിടെ, എങ്ങനെ എന്ന് നമ്മൾക്കാർക്കും അറിയില്ല. തീർച്ചയായും മരണം ദുഃഖകരമാണ്, വേർപിരിയലാണ്, വേദനാജനകമാണ്. പക്ഷേ അത് അനിവാര്യമായ ഒരു സത്യമാണ്. എന്നെങ്കിലും ഒരിക്കൽ നമുക്ക് ആ സത്യത്തെ നേരിടേണ്ടി വരും. മരിക്കുന്നത് ഒരു വിമോചനമാണ്. സമയമാകുമ്പോൾ നാം എല്ലാവരും പോകണം, പോയെ മതിയാവൂ.

ഒരു കുട്ടി മേൽപറഞ്ഞ വിവരങ്ങളുടെ അടിസ്ഥാനത്തിൽ വളരുകയാണെങ്കിൽ, അയാളുടെ ജീവിതത്തിൽ എന്തെങ്കിലും സംഭവിച്ചാൽ, ആ വ്യക്തി ഒരിക്കലും വിഷാദത്തിലേക്ക് വഴുതി വീഴുകയില്ല, ആ സാഹചര്യത്തെ മറികടക്കാനുള്ള ശക്തി ആ വ്യക്തിക്കുണ്ടാവും. അതുകൊണ്ടാണ് മരണത്തെ മറ്റൊരു വീക്ഷണകോണിൽ നിന്ന് വീക്ഷിക്കുകയും അത് പുതുതലമുറയുമായി പങ്കുവെക്കുകയും ചെയ്യേണ്ടത്.

വാസ്തവത്തിൽ, മരണത്തെകാളും ദുഷ്കരമാണ് മാറാരോഗികളായി ജീവിക്കുന്നത്. യോഗയിൽ നാം ശാരീരിക അഭ്യാസങ്ങൾക്ക് പ്രാധാന്യം കൊടുക്കുന്നതിന്റെ ഒരു കാരണം ഇതാണ്, രോഗപ്രതിരോധശേഷി വർധിപ്പിക്കുക എന്നുള്ളത്. സ്വന്തം ശരീരത്തോട് ആഭിമുഖ്യം പുലർത്തുന്ന ധാരാളം ആളുകൾ ഉണ്ട്, അത് വളരെ നല്ല കാര്യം, തീർച്ചയായും നിങ്ങൾ നിങ്ങളുടെ ആരോഗ്യം ശ്രദ്ധിക്കേണ്ടതുണ്ട്. എന്നാൽ ശരീരത്തോടുള്ള അഭിനിവേശവും നല്ലതല്ല. അതുകൊണ്ടാണ് മതങ്ങൾ പറയുന്നത് “ദൈവത്തേക്കാൾ ഉപരിയായി, ഈ ലോകത്തിൽ ഒന്നിനെയും സ്നേഹിക്കാൻ പാടില്ല” എന്ന്. ഇതിനർത്ഥം, നമുക്ക് ഒരു പരിധി ഉണ്ടായിരിക്കണം, അത് സ്വന്തം ശരീരത്തോട് ആയാലും, അത് മറികടക്കാൻ പാടില്ല. നിങ്ങൾ നിങ്ങളുടെ ശരീരത്തെ സ്നേഹിക്കുക, എന്നാൽ നിങ്ങളുടെ ആത്മാവിനേക്കാൾ കൂടുതലായി സ്നേഹിക്കരുത്.

“ഒരു യോഗിക്ക് അവന്റെ ശരീരം അവന്റെ വാഹനമാണ്, അവന്റെ മനസ്സ് അവന്റെ വീടാണ്, പക്ഷേ... വാഹനവും വീടും വാടകയ്ക്കെടുത്തതാണ് എന്ന പൂർണ്ണബോധമുണ്ടായിരിക്കണം.” നിങ്ങളുടെ ദൗത്യം പൂർത്തിയാകുമ്പോൾ നിങ്ങൾ അവയിൽ നിന്ന് പുറത്തുകടക്കേണ്ടിവരും.

യോഗ പരിശീലിക്കുന്നതിലൂടെ നിങ്ങൾക്ക് 100 വർഷത്തെ ജീവിതം ആരും ഉറപ്പു നല്കുന്നില്ല, നമ്മുടെ ദൗത്യം അവസാനിക്കുമ്പോൾ,

പ്രപഞ്ചം നമ്മെ തിരികെ വിളിക്കും. അത് വാർദ്ധക്യത്തിലോ യൗവനത്തിലോ ആകാം. പക്ഷേ ജീവിക്കുന്നിടത്തോളം കാലം ആരോഗ്യത്തോടും സമാധാനത്തോടും കഴിയുവാൻ യോഗയിലൂടെ സാധിക്കും, അത് ഉറപ്പാണ്. അതുകൊണ്ടാണ്, ചില സന്യാസിമാരും യോഗികളും വാർദ്ധക്യത്തിനു മുൻപേ തന്നെ മഹാസമാധിയിലാകുന്നത്.

നമ്മുടെ അവസാന ശ്വാസംവരെ ശാന്തവും സമാധാനപരവുമായ ജീവിതം യോഗ നമുക്ക് പ്രദാനം ചെയ്യുന്നു. ഇത്രയും മനസ്സിലാക്കിയാൽ, മരണത്തെക്കുറിച്ചുള്ള ഭയം നമുക്ക് നിയന്ത്രിക്കാനാകും, നമ്മുടെ പ്രിയപ്പെട്ടവരെക്കുറിച്ചും നമ്മൾ ആശങ്കാകുലരാണ്, കാരണം അവർക്ക് എന്തെങ്കിലും മോശം സംഭവിക്കുമോ എന്നുള്ള ഭയം. തീർച്ചയായും നമ്മൾക്ക് അതും നിയന്ത്രിക്കാനാകും.

ജീവിതത്തിലെ ഓരോ ദിവസവും ഒരു സമ്മാനമാണ്, നല്ലതും ചീത്തയുമായ അനുഭവങ്ങൾ ഉണ്ടാവാം, നമുക്ക് ആകെ ചെയ്യാൻ കഴിയുന്നത്, എല്ലാം നേരിടാൻ തയ്യാറെടുക്കുക എന്നതാണ്.

ഈ പ്രപഞ്ചത്തിൽ സംഭവിക്കുന്ന കാര്യങ്ങൾക്കു പിന്നിൽ ഓരോ കാരണങ്ങൾ ഉണ്ട്, അതിനാൽ നിങ്ങളുടെ ജീവിതത്തിൽ എന്തെങ്കിലും സംഭവിക്കുകയാണെങ്കിൽ, തീർച്ചയായും അതിന്റെ പിന്നിലും ചില കാരണങ്ങൾ ഉണ്ടാവാം. ഈ പ്രപഞ്ചം നിങ്ങളെ ഇവിടെ തുടരാൻ ആഗ്രഹിക്കുന്നുവെങ്കിൽ, തീർച്ചയായും അത് നിങ്ങളെ പരിപാലിക്കും. നാം ഈ സത്യം മനസിലാക്കിയാൽ മാത്രം മതി.

ഈ മൂന്ന് കാരണങ്ങളാൽ മരണം സംഭവിക്കാമെന്ന് ഞാൻ കരുതുന്നു:

1) നിങ്ങളുടെ മോശം കർമ്മത്തിന്റെ ഫലം (കർമ്മം എന്ന് ഞാൻ ഇവിടെ ഉദ്ദേശിക്കുന്നത് നിങ്ങളുടെ നിലവിലെ ജീവിതത്തിലെ പ്രവർത്തി ആണ്)
2) നിങ്ങളുടെ രക്ത ബന്ധുക്കളുടെ ദുഷ് കർമ്മത്തിന്റെ ഇരയാകുന്നു നിങ്ങൾ.
3) നിങ്ങളുടെ ദൗത്യം പൂർത്തീകരിക്കപ്പെടുമ്പോൾ.

ഒരു അർത്ഥത്തിൽ, മരണം ഒരു നീണ്ട, ഗാഢനിദ്രയാണ്. അപ്പോൾ നിങ്ങൾക്ക് ഉറങ്ങാൻ ഭയമില്ലെങ്കിൽ, മരണത്തെ നിങ്ങൾ എന്തിനാണ് ഭയപ്പെടുന്നത്?. ഓരോ ദിവസവും ഒരു പുതിയ ജീവിതമാണ്, അത് ആസ്വദിക്കൂ.

ഞാൻ മുൻപ് പറഞ്ഞതുപോലെ, ഭയം ഇല്ലാതാക്കാൻ കഴിയില്ല, പക്ഷേ നമുക്ക് അതിനെ നിയന്ത്രിക്കാം. അത് എങ്ങനെയെന്ന് യോഗ

പഠിപ്പിക്കുന്നു. നമ്മുടെ വികാരങ്ങളെക്കുറിച്ച് നാം ബോധവാന്മാരായിരിക്കണം, ഭയത്തിന്റെ ഒരു തീപ്പൊരി നമ്മുടെ ഉള്ളിൽ ആരംഭിക്കുമ്പോൾ, എന്താണ് അവിടെ സംഭവിക്കുന്നതെന്ന് നാം അറിയേണ്ടതുണ്ട്, പോസിറ്റീവ് ചിന്തകളാൽ നമുക്ക് അത് ഇല്ലാതാക്കാൻ കഴിയും. യോഗ പരിശീലിക്കുന്നതിലൂടെ, ഓരോ തവണയും ഭയത്തിന്റെ തീപ്പൊരികൾ തുടക്കമിടുമ്പോൾ, നമ്മൾക്ക് ഉള്ളിൽ നിന്നും ഒരു അറിയിപ്പ് ലഭിക്കുന്നു, നമ്മളുടെ ഉപകരണങ്ങൾ ഉപയോഗിച്ച് ആ തീപ്പൊരി തുടക്കത്തിൽ തന്നെ കെടുത്തുന്നു, അങ്ങനെ അതൊരു വലിയ തീയായി എല്ലാം കത്തി നശിക്കാതെ നമ്മെ സംരക്ഷിക്കുന്നു.

മരണം ദുഃഖകരമാണ്, പക്ഷേ അത് മോശമല്ല. മരണം ഒരു ദുരന്തമാണ്, പക്ഷേ അത് ഭയാനകമല്ല. മരണം പ്രവചനാതീതവും തടയാനാവാത്തതുമാണ്. മരണം സത്യവും യാഥാർത്ഥ്യവുമാണ്. യഥാർത്ഥത്തിൽ, മരിച്ചപോലുള്ള ഒരു ജീവിതം നയിക്കുന്നതാണ് മോശവും ഭയാനകവും.

ചില ആളുകൾ എന്നോട് ചോദിക്കാറുണ്ട്: "നിങ്ങളുടെ ജീവിതത്തിൽ പലതും നേടിയതിൽ നിങ്ങൾ സ്വയം അഭിമാനിക്കുന്നില്ലേ?" എന്ന്. ഒരു പുഞ്ചിരിയോടെ ഞാൻ മറുപടി പറയും: "ഒരിക്കലുമില്ല... ഞാനെന്തിന് അഭിമാനിക്കണം? ഞാൻ എന്ന് നിങ്ങൾ പറയുന്ന എന്റെ ഈ ശരീരവും മനസ്സും എന്റെ ധർമ്മം നിർവഹിക്കുവാനായി പ്രപഞ്ചത്തിന്റെ ഒരു ഉപകരണം മാത്രമാണെന്ന് എനിക്ക് പൂർണ്ണ ബോധമുണ്ട്. അതിനാൽ എനിക്ക് അഭിമാനം തോന്നുന്നില്ല, പക്ഷേ എനിക്ക് വലിയ സംതൃപ്തി തോന്നുന്നുണ്ട്."

നിങ്ങൾക്ക് ഭയമുണ്ടെങ്കിൽ, നിങ്ങൾക്ക് രണ്ട് വഴികൾ ഉണ്ട്: ആദ്യത്തേത് നിങ്ങൾ: ഭയത്തോടെ ജീവിതം തുടരുക, രണ്ടാമത്തേത്: ഭയത്തെ നേരിടുകയും അതിനെ നിയന്ത്രിക്കുകയും ചെയ്യുക എന്നതാണ്. ഇതിൽ ഏതു വേണമെന്ന് നിങ്ങൾ സ്വയം തീരുമാനിക്കുക.

നെഗറ്റീവ് പ്രകമ്പനങ്ങളെ പ്രതിരോധിക്കുക

നമ്മൾ ജീവിക്കുന്ന ഈ ലോകത്തിൽ നിഷേധാത്മക ഊർജമാണ് ആധിപത്യം സ്ഥാപിച്ചിരിക്കുന്നത് എന്ന് നമുക്കറിയാം. സമതുലിതമായ ഒരു ജീവിതം നയിക്കാൻ നാം സ്വയം പ്രതിരോധിക്കാൻ പഠിക്കേണ്ടതുണ്ട്.

ഉദാഹരണത്തിന്: ഞാൻ വെറുതെ ഒന്ന് നടക്കാൻ ഇറങ്ങുന്നു, ഞാൻ എന്റെ അയൽക്കാരനെ കണ്ടുമുട്ടുന്നു. അയാൾ നെഗറ്റീവ് വാർത്തകളെക്കുറിച്ച് എന്നോട് സംസാരിക്കാൻ തുടങ്ങുന്നു. സത്യത്തിൽ എനിക്ക് കേൾക്കാൻ ഒരു താൽപ്പര്യമില്ല, അവിടെ നിന്ന് ഓടി പോകണമെന്ന് എന്റെ മനസ് എന്നോട് പറയുന്നു, പക്ഷേ ഞാൻ അവിടെ നിന്ന് അയാൾ പറയുന്നത് മുഴുവൻ കേൾക്കുന്നു, രണ്ട് കാരണങ്ങളാൽ, ഒന്ന് സാമാന്യ മര്യാദ ഓർത്ത്, മറ്റൊന്ന് ഭയം. ഒരുപക്ഷേ ആ ബന്ധം വഷളാകുമോ അല്ലെങ്കിൽ നഷ്ടപ്പെട്ടുമോ എന്ന് ഞാൻ ഭയപ്പെടുന്നു, "എനിക്ക് ഈ വിഷയത്തിൽ താൽപ്പര്യമില്ല, മറ്റെന്തെങ്കിലും സംസാരിക്കാം" എന്ന് ഞാൻ പറഞ്ഞാൽ, ചിലപ്പോൾ ആ വ്യക്തി മേലിൽ എന്നോട് സംസാരിക്കുന്നത് നിർത്തും, എന്നെ നിരസിച്ചേക്കാം, എന്നെക്കുറിച്ച് മോശം അഭിപ്രായം മറ്റുള്ളവരോട് പറഞ്ഞു പരത്താൻ സാധ്യതയുണ്ട്, എന്നൊക്കെയുള്ള ഭയം.

നിങ്ങൾ വിചാരിക്കുന്നു, കുറച്ച് നെഗറ്റീവ് വാർത്തകൾ കേൾക്കുന്നത് കൊണ്ട് കുഴപ്പമില്ലെന്ന്. എന്നാൽ യഥാർത്ഥത്തിൽ ആ ഊർജ്ജം നമ്മുടെ ഉള്ളിൽ തങ്ങിനിൽക്കുകയും നാം അത് വീട്ടിലേക്ക്

കൊണ്ടുപോകുകയും അത് നാം അറിയാതെ തന്നെ നമ്മുടെ കുടുംബത്തിലേക്ക് പകരുകയും ചെയ്യുന്നു. അതിനാൽ നമ്മൾ സ്വയം പ്രതിരോധിക്കാൻ പഠിക്കണം, "ഇല്ല" എന്ന് പറയാൻ, "എനിക്ക് ആ സംഭാഷണത്തിൽ താൽപ്പര്യമില്ല" എന്ന് പറയാൻ നാം തയ്യാറാവണം. യോഗയിൽ നമ്മൾ പഠിക്കുന്ന ഒരു കാര്യം ഓർക്കാം: 'ആളുകൾ കൂടെയുണ്ടെങ്കിൽ നല്ലകാര്യം, ആരും കൂടെയില്ലെങ്കിലും നല്ലകാര്യം.'

എന്നെ നയിക്കുന്നത് ഈ പ്രപഞ്ചമാണ്. ബന്ധങ്ങൾ നഷ്ടപ്പെടുന്നതിനെ ഓർത്ത് ഞാൻ ഭയപ്പെടുന്നില്ല.

മര്യാദയുടെ പേരിൽ മറ്റുള്ളവരുടെ മാലിന്യങ്ങൾ സ്വീകരിക്കണമെന്ന് ഒരു സംസ്കാരവും പറയുന്നില്ല. ആരെങ്കിലും അവരുടെ നിഷേധാത്മകത പുറത്തെടുക്കുമ്പോൾ, അവർ അവരുടെ മാലിന്യങ്ങൾ മനോഹരമായ ഒരു ബാഗിലാക്കി നമുക്ക് നൽകുകയാണ് എന്നു വേണം നാം മനസിലാക്കാൻ.

തീർച്ചയായും, ചില സന്ദർഭങ്ങളിൽ നമുക്ക് കേൾക്കാൻ ഇഷ്ടപ്പെടാത്ത പലതും കേൾക്കേണ്ടതായി വരുന്നു, ലോകത്ത് എന്താണ് നടക്കുന്നതെന്ന് അറിയാൻ, വിവരങ്ങൾ ശേഖരിക്കുവാനും, പ്രവർത്തിക്കാനും, ആവശ്യമെങ്കിൽ പ്രതിഷേധിക്കാനും, സഹായിക്കാനും, നമ്മുടെ ഉത്തരവാദിത്തം നിറവേറ്റാനും. എന്നാൽ മറ്റൊരാളുടെ ജീവിതം കേൾക്കാൻ നിങ്ങൾക്ക് താൽപ്പര്യമില്ലെങ്കിൽ, നിങ്ങൾ എന്തിനാണ് അത് സഹിക്കുന്നത്.

തീർച്ചയായും, നിങ്ങൾക്ക് നല്ല പ്രോത്സാഹനവും പ്രചോദനവും നൽകുന്ന ഒരാളുടെ കഥയാണെങ്കിൽ നല്ലകാര്യം.. എനിക്ക് മനസ്സിലാകും. എന്നാൽ നിഷേധാത്മകത... വിഷാദത്തിന് ഇന്ധനം നൽകുന്നു. ഞാൻ മറ്റുള്ളവരുടെ ജീവിതത്തിലേക്ക് ഉറ്റുനോക്കുമ്പോൾ എന്ത് സംഭവിക്കും? എന്റെ പ്രശ്നങ്ങൾ ഞാൻ കാണാതെ പോകുന്നു, അവയെ നിയന്ത്രിക്കാൻ ശ്രമിക്കില്ല. എന്റെ മക്കളുടെ സുഹൃത്തുക്കളെക്കുറിച്ച് അറിയാൻ എനിക്ക് താൽപ്പര്യമുണ്ടാകില്ല, എന്റെ മക്കളുടെ പദ്ധതികളെക്കുറിച്ച് എനിക്ക് ജിജ്ഞാസയുണ്ടാവില്ല, പക്ഷേ പ്രശസ്തയും ധനികയുമായ ഏതോ സ്ത്രീയുടെ വിവാഹമോചനത്തെക്കുറിച്ച് എനിക്ക് ആകാംക്ഷയുണ്ട്. പ്രശസ്ത വ്യക്തികളുടെ സ്വകാര്യജീവിതത്തിൽ എനിക്ക് താൽപ്പര്യമുണ്ട്, പക്ഷേ എന്റെ കുടുംബജീവിതത്തിലെ പ്രശ്നങ്ങൾ ഞാൻ കാണാതെ പോകുന്നു. ചുരുക്കിപ്പറഞ്ഞാൽ, അത്തരത്തിലുള്ള കുശുകുശുപ്പുകളിലൂടെ, നാം നമ്മുടെ ഉത്തരവാദിത്തങ്ങളിൽ നിന്നും ഓടി ഒളിക്കുന്നു.

ചെളി കലർന്ന ഇരുണ്ട വെള്ളത്തിൽ നിലകൊള്ളുന്ന അതിമനോഹരമായ താമരപ്പൂവ് പോലെ, മോശം സാഹചര്യങ്ങളിലാണ് നാം ജീവിക്കുന്നതെങ്കിലും, നമ്മുടെ മനോഹാരിതയും, മനഃസാക്ഷിയും നഷ്ടപ്പെടാതെ നമുക്ക് ജീവിക്കാൻ ശ്രമിക്കാം.

ചിന്താ വചനങ്ങൾ

1) യോഗ പരിശീലിക്കുവാൻ നിങ്ങൾക്ക് ക്ഷമയുണ്ടായിരിക്കണം, അത് കൊണ്ട് തന്നെ യോഗ പരിശീലിക്കുന്ന ഒരാൾക്ക് തീർച്ചയായിട്ടും നല്ല ക്ഷമയും സഹനശക്തിയും ഉണ്ടായിരിക്കും.

2) മറ്റുള്ളവർക്കായി നിങ്ങൾ ആഗ്രഹിക്കുന്നതെന്തോ, അത് നിങ്ങൾക്കും സംഭവിക്കാം. അതിനാൽ നിങ്ങളുടെ ചിന്തകൾ നല്ലതായിരിക്കുവാൻ ശ്രദ്ധിക്കുക.

3) നിങ്ങൾ എന്ത് സമ്പാദിച്ചു എന്നതല്ല പ്രധാനം, നിങ്ങൾ എന്ത് നൽകി, ഈ ലോകത്തിന് എന്ത് നൽകി എന്നതാണ് പ്രധാനം. ഒരു പക്ഷേ നിങ്ങൾ ഇപ്പോൾ ചിന്തിക്കും, നേടിയാൽ അല്ലെ കൊടുക്കാൻ സാധിക്കു എന്ന്, അല്ല, ആദ്യം നമ്മൾ ഉള്ളതിൽ നിന്ന് കൊടുക്കുവാൻ ശ്രമിക്കുക, ഈ ലോകത്തിൽ ഒന്നും ഇല്ലാത്തവരായി ആരുമില്ല, ഒരു പുഞ്ചിരി, നല്ല വാക്കുകൾ, ഒരു തലയോടൽ.

4) മനുഷ്യരാശിയുടെ ഒരു വലിയ പ്രശ്നം, ജീവിതത്തിന്റെ അർത്ഥം എന്താണ് എന്ന് മനസിലാക്കാതെ ജീവിക്കുന്നു.

5) അഹങ്കാരമില്ലാതെ ക്ഷമയോടെ പഠിക്കുക, പഠിപ്പിക്കുക. നിങ്ങളുടെ മനസ്സ് കൊണ്ട് മാത്രമല്ല, നിങ്ങളുടെ മനസാക്ഷിയോടും കൂടെ ജീവിക്കുക. നമ്മൾ ഓരോരുത്തരും മാറിയാൽ ഈ ലോകവും മാറും.

6) നിങ്ങൾ ശുദ്ധമായ ഊർജ്ജമാണെന്ന് തിരിച്ചറിയുന്ന നിമിഷം, ആ നിമിഷം, നിങ്ങൾ തികച്ചും സ്വതന്ത്രരാകുന്നു

7) നമ്മൾ എന്തെങ്കിലും അന്വേഷിക്കുമ്പോൾ അല്ലെങ്കിൽ തിരയുമ്പോൾ, മറ്റുള്ളവർ നമ്മളോട് ചോദിക്കുന്നു, " നിങ്ങൾ എല്ലായിടത്തും

നന്നായി നോക്കിയോ, ചുറ്റും നോക്കിയോ, നിങ്ങൾ സമാധാന മായി ഒന്ന് കൂടി നോക്കൂ" എന്നൊക്കെ, ശരിയല്ലേ, അതുപോലെ, നമ്മളുടെ ഓരോ പ്രവർത്തിയിലും, പരിശ്രമത്തിലും ഈ ചോദ്യം സ്വയം ചോദിക്കണം, 'ഞാൻ എന്റെ പരമാവധി പരിശ്രമിച്ചോ?'

8) നാം മറ്റുള്ളവരെ നിയന്ത്രിക്കാൻ താല്പര്യം കാണിക്കാറുണ്ട്, പക്ഷേ സ്വയം നിയന്ത്രിക്കാൻ മറക്കുന്നു.

9) ഏതൊരു കാര്യവും പഠിക്കാൻ രണ്ട് വഴികളുണ്ട്: ഒന്ന്, ആദ്യം സിദ്ധാന്തം പഠിക്കുക, തുടർന്ന് പരിശീലിക്കുക. മറ്റൊന്ന്, പരിശീല നത്തോടൊപ്പം സിദ്ധാന്തവും പഠിക്കുക എന്നതാണ്. ഏതായാലും, പരിശീലനം വളരെ പ്രധാനമാണെന്ന് എപ്പോഴും ഓർക്കുക.

10) ഒന്നിനും അടിമപ്പെടരുത്; പ്രത്യേകിച്ച് ഈ മൂന്ന് കാര്യങ്ങൾ Religion, Internet, Politics (RIP)

11) ഈ ലോകത്ത് ജനിക്കുന്ന നിമിഷം മുതൽ നമ്മൾ ജീവിതമാകു ന്ന ഒരു ക്ലാസ് മുറിയിലാണ്... പഠിക്കുകയും പരിശോധിക്കുകയും വിലയിരുത്തുകയും വീണ്ടും പഠിക്കുകയും ഒക്കെ ചെയ്യുന്നു. നമുക്ക് ചുറ്റും നടക്കുന്നതെല്ലാം നമ്മുടെ പാഠ്യപദ്ധതിയാണ്. അതിനാൽ എപ്പോഴും ജാഗ്രതരായിരിക്കുക.

12) അൽപ്പമാണെങ്കിലും ആരോഗ്യകരമായ ഭക്ഷണം കഴിക്കുവാൻ ശ്രമിക്കുക. അത് പോലെ, നിങ്ങളെ മനസിലാക്കാത്ത 100 സുഹൃ ത്തുക്കൾ ഉള്ളതിനേക്കാൾ നല്ലത്, നിങ്ങളെ മനസിലാക്കുന്ന ഒരു സുഹൃത്ത് ഉള്ളതാണ് ഉചിതം.

13) സാഹചര്യങ്ങൾ നിങ്ങളെ വേദനിപ്പിച്ചേക്കാം തളർത്തിയേക്കാം, പക്ഷേ നിങ്ങളെ തോൽപ്പിക്കുവാൻ കഴിയില്ല. കാരണം, നിങ്ങൾക്ക് നഷ്ടപ്പെടാൻ എന്തെങ്കിലും ഉള്ളപ്പോഴാണ് പരാജിതനാകുന്നത്. യഥാർത്ഥത്തിൽ, നമുക്കുള്ളതെല്ലാം നമ്മുടേതല്ല. നമ്മുടെ സ്വന്തമ ല്ല, നമ്മൾ പരിപാലകർ മാത്രമാണ്.

14) ഓർമ്മകൾ ജീവിച്ചിരിക്കുന്നിടത്തോളം കാലം നിങ്ങളുടെ വിളിക്കായി കാത്തിരിക്കുന്ന ആത്മാക്കൾ ഉണ്ടാകും. അവർക്ക് നിങ്ങളെ കേൾക്കാനും നിങ്ങളെ അറിയുവാനും കഴിയും, അവർക്ക് ഒരുപാട് കാര്യങ്ങൾ ചെയ്യാൻ കഴിയും.

15) കണ്ണുകളും മനസ്സും പരസ്പരം ബന്ധപ്പെട്ടിരിക്കുന്നു. നമ്മുടെ കണ്ണുകൾ നമ്മുടെ ചിന്തകളോട് പ്രതികരിക്കുന്നു, അതിനാൽ അവയെ നോക്കി മനസ്സ് വായിക്കാമെന്ന് നമ്മൾ പറയുന്നു. കണ്ണുകൾ അടക്കുന്നത് നമ്മുടെ മനസ്സിനെ ശാന്തമാക്കാനും ചിന്തകളെ നിയന്ത്രിക്കാനും സഹായിക്കും.

16) മനുഷ്യർ സാമൂഹിക ജീവികളാണ്, അതിനാൽ നമ്മൾ ജീവിക്കുന്ന സാഹചര്യങ്ങളുമായി പൊരുത്തപ്പെടുകയും ആരോഗ്യകരമായ രീതിയിൽ സമ്പർക്കം പുലർത്തുകയും വേണം, ഇത് ബുദ്ധിയുടെ, നമ്മുടെ വിദ്യാഭ്യാസത്തിന്റെ പ്രവർത്തനമായിരിക്കും. എന്നാൽ ഇതിൽ നാം പലപ്പോഴും പരാജയപ്പെടുന്നു, അതിനാൽ നമ്മൾ ചെയ്യുന്ന ഓരോ പ്രവർത്തിയിലും ബോധവാന്മാരായിരിക്കുക.

17) യോഗ ഒരു ആത്മീയ പരിശീലനമാണ്. ആത്മീയത എന്ന് പറയുന്നത് നിങ്ങളുടെ വിശ്വാസമാകുന്നു, വളരെ വ്യക്തിപരമായ ഒന്ന്. അതിനാൽ യോഗാഭ്യാസവും വളരെ വ്യക്തിപരമാണ്.

18) വിലയേറിയ വസ്തുക്കൾ നമ്മൾ അകത്തു അലമാരയിൽ സൂക്ഷിക്കുന്നു, അത് പോലെ നിങ്ങളുടെ വില എന്തെന്ന് നിങ്ങൾക്ക് അറിയണമെങ്കിൽ നിങ്ങളുടെ ഉള്ളിലേക്ക് തന്നെ നോക്കുക.

19) സങ്കടപ്പെടരുത്, ദേഷ്യപ്പെടരുത്, കരയരുത്, അലറരുത് എന്നൊന്നും ഞാൻ പറയില്ല, കാരണം ഇതെല്ലാം നമ്മളുടെ വികാരങ്ങൾ ആകുന്നു, എന്നാൽ നമ്മൾ ഏത് അവസ്ഥയിൽ ആയിരുന്നാലും ആ അവസ്ഥയെക്കുറിച്ചും വികാരങ്ങളെ പറ്റിയും പൂർണ ബോധമുണ്ടായിരിക്കണം.

20) സമാധാനമാണ് നിധി, ക്ഷമയാണ് അതിന്റെ താക്കോൽ.

21) ജീവിതം അതിശയകരമാണ്, ജീവിതത്തിൽ നാം പഠിക്കുന്ന പാഠങ്ങൾ, ഒരു സർവകലാശാലയിലും നമുക്ക് ലഭിക്കുന്നില്ല.

22) 3 തരം ആളുകൾ:

1) മറ്റുള്ളവരുടെ അനുഭവത്തിൽ നിന്ന് പഠിക്കുന്നവർ.
2) സ്വന്തം അനുഭവത്തിൽ നിന്ന് മാത്രം പഠിക്കുന്നവർ.
3) ഒരിക്കലും പഠിക്കാതെ അതേ തെറ്റുകൾ ആവർത്തിക്കുന്നവർ.

23) സാങ്കേതികവിദ്യ നല്ലതാണ്, പക്ഷേ എപ്പോഴും ഓർക്കുക, സാങ്കേതികവിദ്യ നമുക്ക് വേണ്ടി ഉള്ളതാണ്, അല്ലാതെ നമ്മൾ സാങ്കേതികവിദ്യയ്ക്ക് വേണ്ടിയല്ല.

24) മനസ് സമാധാനമായിരിക്കുമ്പോൾ നിങ്ങൾക്ക് നന്നായി ശ്രദ്ധ കേന്ദ്രീകരിക്കാൻ കഴിയും. നിങ്ങൾ നന്നായി ശ്രദ്ധ കേന്ദ്രീകരിച്ചാൽ, നിങ്ങൾക്ക് വ്യക്തമായി കാണാൻ കഴിയും.

25) സമയമോ പണമോ പ്രായമോ നിങ്ങളെ പക്വതയുള്ളവരാക്കുന്നില്ല, നിങ്ങളുടെ ഉത്തരവാദിത്തങ്ങളിലൂടെയും അനുഭവങ്ങളിലൂടെയും മാത്രമേ അത് സാധ്യമാകു. ജീവിതത്തിലെ പ്രശ്നങ്ങളും

സാഹചര്യങ്ങളും നിങ്ങൾ എങ്ങനെ കൈകാര്യം ചെയ്യുന്നു, മറ്റുള്ളവരോട് എങ്ങനെ നിങ്ങൾ പെരുമാറുന്നു, ബഹുമാനിക്കുന്നു, മനസ്സിലാക്കുന്നു എന്നതിലാണ് പക്വത പ്രതിഫലിക്കുന്നത്.

26) നമ്മുടെ എല്ലാവരുടെയും ഉള്ളിൽ ഒരു കോടതിയുണ്ട്, അതിൽ നമ്മൾ തന്നെയാണ് ജഡ്ജിയും അഭിഭാഷകനും പ്രതിയും, വാദിയും, സാക്ഷിയും... എല്ലാം.

27) നിങ്ങൾ ഇപ്പോൾ ആരാണോ എന്നത് നിങ്ങളുടെ മുൻകാല തീരുമാനങ്ങളുടെ ഫലമാണ്, നിങ്ങൾ എന്തായി തീരും എന്നത് നിങ്ങളുടെ ഇപ്പോഴത്തെ തീരുമാനങ്ങളെ ആശ്രയിച്ചിരിക്കുന്നു. തീരുമാനങ്ങൾ ജീവിതത്തെ സൃഷ്ടിക്കുന്നു, മുന്നോട്ടുകൊണ്ടുപോകുന്നു, അവ നിങ്ങളുടെ അനുഭവങ്ങളുടെ ഉത്ഭവമാണ്.

28) നമ്മുടെ സ്വപ്നങ്ങൾ എത്ര വലുതായാലും, അവ യാഥാർത്ഥ്യമാകുമോ ഇല്ലയോ എന്നതല്ല പ്രാധാന്യം. "സ്വപ്നങ്ങൾ നമ്മുടെ ചിറകുകളാണ്" എന്നതിനാൽ സ്വപ്നങ്ങൾ ഉണ്ടായിരിക്കുക എന്നതാണ് പ്രധാന കാര്യം.

29) നിങ്ങൾ ഈ ലോകത്തോട് വിട പറയുമ്പോൾ, നിങ്ങളുടെ കുടുംബത്തിന് നൽകാൻ കഴിയുന്ന ഒരേയൊരു കാര്യം നിങ്ങളുടെ കർമ്മഫലം ആകുന്നു. അതിനാൽ നല്ല കർമ്മങ്ങൾ ചെയ്യാൻ ശ്രമിക്കുക.

30) ജീവിതം ഒരു നീണ്ട യാത്രയാണെങ്കിൽ; നമ്മുടെ ശരീരം വാഹനമാണ്, മനസ്സാണ് ഡ്രൈവറും, മനഃസാക്ഷി ഭൂപടവും ആകുന്നു

31) നിങ്ങൾ തെറ്റ് ചെയ്തു എന്ന് പൂർണ്ണബോധമുണ്ടെങ്കിൽ നിങ്ങൾക്ക് ഖേദിക്കാം, പശ്ചാത്തപിക്കാം, പ്രാശ്ചിത്തം ചെയാം, അല്ലാതെ കുറ്റബോധം മനസ്സിൽ പേറി ബാക്കിയുള്ള ജീവിതം ഒരു വിഷാദരോഗിയായി കഴിയുകയല്ല വേണ്ടത്. മനസാന്തരത്തിലൂടെ ഒരു പുതിയ ജീവിതം പടുത്തുയർത്താൻ ശ്രമിക്കുക. ഭൂതകാലം നിങ്ങൾക്ക് തിരുത്താൻ കഴിയാത്ത ഒരു പുസ്തകമാണ്, അതിൽ നിന്ന് നിങ്ങൾക്ക് വായിക്കുവാനും, പഠിക്കുവാനും സാധിക്കും.

32) ഈ ലോകത്തിലുള്ള സകല പ്രശ്നങ്ങളുടെയും മൂലകാരണം, ആളുകൾ ശരിയായ സ്ഥാനത്തല്ല എന്നതാണ്, അവർ ശരിയായ സ്ഥാനങ്ങളിൽ ആണെന്ന് അവർ സ്വയം വിശ്വസിക്കുന്നു, എന്നാൽ വാസ്തവത്തിൽ അങ്ങനെയല്ല. ഉദാഹരണത്തിന്: ഒരു കലാകാരൻ ആയിരിക്കേണ്ട വ്യക്തി ഓഫീസിൽ ഇരുന്നു ഫയൽ നോക്കുന്നു,

ഒരു ബിസിനസ്സുകാരൻ ആയിരിക്കേണ്ട വ്യക്തി രാഷ്ട്രീയ നേതാവാകുന്നു. ദയവായി ധ്യാനിക്കുക, കാരണം ധ്യാനം നിങ്ങളെ ശരിയായ സ്ഥാനത്ത് എത്തിച്ചേരാൻ സഹായിക്കും.

33) എല്ലാം താൽക്കാലികമാണ്, ഒന്നും ശാശ്വതമായി നിലനിൽക്കില്ല, നമ്മുടെ ആന്തരിക സമാധാനം ഒഴികെ.

34) ഈ ലോകത്ത് ജീവിക്കുന്ന എല്ലാവർക്കും ആവശ്യത്തിനുള്ള ഭക്ഷണം നൽകാൻ സാധിക്കും. ഈ ലോകത്തിലെ എല്ലാവർക്കും അഭയമോ വീടോ നൽകാൻ കഴിയും. ഈ ലോകത്തിലെ എല്ലാവർക്കും നല്ല വൈദ്യസഹായം നൽകാൻ സാധിക്കും. പിന്നെ എന്തുകൊണ്ട് അത് സംഭവിക്കുന്നില്ല? ഉത്തരം ലളിതമാണ്: മനുഷ്യന്റെ സ്വാർത്ഥത.

35) എളിമ + ആത്മാർത്ഥത = നല്ല ഫലം.

36) മറ്റുള്ളവരുടെ സന്തോഷത്തിൽ നിങ്ങൾ സന്തോഷിക്കുകയും, മറ്റുള്ളവരുടെ ദുഃഖങ്ങളിൽ നിങ്ങൾ ദുഃഖിക്കുകയും ചെയ്യുകയാണെങ്കിൽ അതിനു അർത്ഥം നിങ്ങൾ മറ്റുള്ളവരിൽ നിങ്ങളെത്തന്നെ കാണുന്നുവെന്നും, എല്ലാവരുടെയും ഉള്ളിൽ അടങ്ങിയിരിക്കുന്നത് ഒരേ ഊർജ്ജമാണ് എന്ന സത്യം നിങ്ങൾ മനസ്സിലാക്കിയതുകൊണ്ടും ആകുന്നു.

37) സമാധാനപ്പെടുക, എല്ലാ പ്രശ്നങ്ങൾക്കും പരിഹാരമുണ്ട്. പ്രശ്നങ്ങൾ പ്രശ്നങ്ങളാകുന്നില്ല, അവയ്ക്ക് പരിഹാരമില്ലെങ്കിൽ.

38) നിങ്ങളുടെ ആത്മീയ സംശയങ്ങൾ ഗൂഗിളിൽ തിരയരുത്, നിങ്ങളുടെ ഉള്ളിൽ തിരയുക.

39) മരിച്ചുപോയ നിങ്ങളുടെ പ്രിയപ്പെട്ടവരോട് നിങ്ങൾക്ക് പ്രാർത്ഥിക്കാം. കാരണം അവർക്ക് നിങ്ങളെ നന്നായി അറിയാം, അവർക്ക് സത്യവും അറിയാം.

40) ഒരു നല്ല അധ്യാപകൻ എപ്പോഴും നല്ല വിദ്യാർത്ഥിയായിരിക്കും.

41) നിങ്ങളുടെ ആത്മീയ അനുഭവങ്ങൾ നിങ്ങളുടേതായിരിക്കണം, മറ്റുള്ളവരുടെ അനുഭവങ്ങളല്ല.

42) നിങ്ങൾ മറ്റുള്ളവരെക്കാൾ താഴ്ന്നവരാണെന്ന് നിങ്ങൾ കരുതുന്നുവെങ്കിൽ, അത് നിങ്ങൾക്ക് ആത്മവിശ്വാസമില്ലാത്തത് കൊണ്ടാണ്. നിങ്ങൾക്ക് ആത്മവിശ്വാസം ഇല്ലെങ്കിൽ, അത് നിങ്ങൾ നിങ്ങളുടെ കഴിവിനെ വിശ്വസിക്കാത്തത് കാരണമാണ്. നിങ്ങൾ നിങ്ങളുടെ കഴിവിനെ വിശ്വസിക്കുന്നില്ലെങ്കിൽ, അത്

നിങ്ങൾ ഭയപ്പെടുന്നതിനാലാണ്. നിങ്ങൾ ഭയപ്പെടുന്നുവെങ്കിൽ, അത് നിങ്ങളുടെ ആത്മാവുമായി ബന്ധമില്ലാത്തതുകൊണ്ടാണ്, അതിനാൽ നിങ്ങൾ നിങ്ങളുടെ ശക്തിയെ തിരിച്ചറിയുകയും അനുഭവിക്കുകയും ചെയ്യുക.

43) വിഷാദം, ഉത്കണ്ഠ, അമിതവണ്ണം... എല്ലാത്തിന്റെയും ഉത്ഭവം ഭയമാകുന്നു, ഭയമാണ് ഇതിന്റെയെല്ലാം പിതാവ്.

44) എന്റെ സമ്പാദ്യം ആർക്കും മോഷ്ടിക്കാൻ കഴിയില്ല, കാരണം ഞാൻ സമ്പാദിച്ചത് സത്യത്തെ ആണ്.

45) കഴിവുകൊണ്ട് നിങ്ങൾക്ക് പണം സമ്പാദിക്കാം, എന്നാൽ പണം കൊണ്ട് നിങ്ങൾക്ക് കഴിവ് നേടാൻ കഴിയില്ല. അതിനാൽ, നിങ്ങളുടെ കഴിവുകൾ തിരിച്ചറിയുക. കഴിവില്ലാത്തവരായി ആരും ജനിക്കുന്നില്ല.

46) തീർച്ചയായും അവസരങ്ങൾ നിങ്ങളെ തേടി വരും, എന്നാൽ എങ്ങനെ, എപ്പോൾ, എവിടെ; ആർക്കും അറിയില്ല, എപ്പോഴും ജാഗരൂകരായിരിക്കുക.

47) ഈ ലോകത്ത് ഏറ്റവും കൂടുതൽ വിറ്റഴിക്കപ്പെടുന്ന ഉൽപ്പന്നം ഭയമാണ്.

48) ജീവിതത്തിലെ ഏറ്റവും വലിയ സമ്പത്ത് നമ്മുടെ മാതാപിതാക്കളുടെ അനുഗ്രഹമാണ്.

49) ഞാനൊരു യോഗിയാണ്, എനിക്ക് ഒരുപാട് ക്ഷമയും സഹതാപവും ഉണ്ട്, അതിനർത്ഥം നിങ്ങൾക്ക് എന്നെ എങ്ങനെ വേണമെങ്കിലും ഉപയോഗിക്കാം എന്നല്ല.

50) എല്ലാവരും സത്യം അറിയാൻ ആഗ്രഹിക്കുന്നു, എന്നാൽ കുറച്ചുപേർ മാത്രമേ സത്യത്തോടൊപ്പം ജീവിക്കാൻ ആഗ്രഹിക്കുന്നുള്ളൂ.

51) നിങ്ങളുടെ മനഃസാക്ഷി ആയിരിക്കണം നിങ്ങളുടെ വഴികാട്ടി. കാരണം മറ്റാരേക്കാളും നിങ്ങളെ അറിയുന്നത് നിങ്ങളുടെ മനഃസാക്ഷിയാകുന്നു.

52) ഓരോ രാജ്യത്തിനും വ്യത്യസ്ത നിയമങ്ങളുണ്ട്, ഓരോ കുടുംബത്തിനും അതിന്റേതായ നിയമങ്ങളുണ്ട്. ഓരോ വ്യക്തിക്കും അവരുടേതായ നിയമങ്ങളുണ്ട്. പക്ഷേ ആത്മീയ നിയമം എല്ലാവർക്കും ഒരേ പോലെ ആകുന്നു.

53) മതം നിങ്ങളെ ദൈവം ആരെന്നു പഠിപ്പിക്കുന്നു, യോഗ നിങ്ങളെ നിങ്ങൾ ആരെന്ന് പഠിപ്പിക്കുന്നു.

54) നിങ്ങൾ മാനസിക സമ്മർദ്ദത്തിൽ ആണോ?, വിഷമിക്കേണ്ട, അത് ജീവിതത്തിൽ സംഭവിക്കാം. എന്നാൽ നിങ്ങളുടെ സമ്മർദ വും ഭയവും ഉത്കണ്ഠയും കൂട്ടി കലർത്തരുത്, കാരണം സാഹചര്യം സങ്കീർണ്ണമാകും.

55) ചില സന്ദർഭങ്ങളിൽ നമ്മൾ ചിന്തിക്കേണ്ടതായിട്ടില്ല, അനുഭവി ച്ചാൽ മാത്രം മതിയാവും.

56) മനുഷ്യർ നിർമ്മിക്കുന്ന വസ്തുക്കൾക്ക് ഗ്യാരണ്ടിയുണ്ട്, എന്നാൽ മനുഷ്യർക്ക് യാതൊരു ഗ്യാരണ്ടിയുമില്ല.

57) നമ്മിൽ എല്ലാവരിലും ഭ്രാന്തിന്റെ ഒരു അംശം ഉണ്ട്. അതിന്റെ വലിപ്പം അനുസരിച്ച്, അത് വെളിയിൽ കാണപ്പെടും. നമ്മൾ അതിനെക്കുറിച്ച് ബോധവാന്മാരല്ല. അത് മറ്റുള്ളവർക്ക് ഹാനിക രമാകാനും ആകാതിരിക്കാനും സാധ്യതയുണ്ട്.

58) നമ്മൾ മലമൂത്ര വിസർജനം നടത്തുമ്പോൾ, നമ്മുടെ സ്വന്തം ദുർഗന്ധം നമുക്ക് സഹിക്കാൻ കഴിയുന്നു, എന്നാൽ മറ്റുള്ളവരുടേത് സഹിക്കാൻ സാധിക്കുന്നില്ല. അതുപോലെ, നമ്മുടെ സ്വന്തം തെറ്റു കളെക്കുറിച്ച് നമ്മൾ ബോധവാന്മാരല്ല.

59) ഈ താക്കോലുകൾ സദാ സമയവും കൂടെ കരുതണം, ശാന്തത, ക്ഷമ, വിനയം, സഹതാപം, പരിധി, സ്നേഹം, ആത്മാർത്ഥത എന്നിവയാണത്.

60) യോഗ എന്നാൽ ദൈവവുമായുള്ള നമ്മുടെ ഐക്യമാണ്, ദൈവം സമാധാനമാണ്. അതിനാൽ യോഗ എന്നാൽ സമാധാനവുമായു ള്ള നമ്മുടെ ഐക്യം ആകുന്നു. ദൈവം നമ്മുടെ ഉള്ളിലുണ്ടെങ്കിൽ സമാധാനവും നമ്മുടെ ഉള്ളിൽ ഉണ്ടാവും. അങ്ങനെയെങ്കിൽ, നാം എവിടെ ആയിരുന്നാലും സമാധാനം നമ്മുടെ കൂടെ ഉണ്ടാവും.

61) നമ്മുടെ ശരീരത്തിന്റെ പ്രതിരോധ സംവിധാനം പോലെ, നമ്മുടെ മനസ്സിനും ഒരു പ്രതിരോധ സംവിധാനമുണ്ട്, അതിനെ പോസിറ്റീവ് ചിന്ത എന്ന് വിളിക്കുന്നു.

62) വിശക്കുന്ന വയറാണ് ജീവിതത്തിലെ ഏറ്റവും കഠിനമായ വെല്ലുവിളി.

63) ഒരു നല്ല ശ്രോതാവായിരിക്കുക, നിശബ്ദമായി ചിന്തിക്കുക.

64) ഈ ലോകത്തിലെ ഏറ്റവും വലിയ അത്ഭുതം എന്താണെന്ന് നിങ്ങൾ എന്നോട് ചോദിച്ചാൽ, "ഞാൻ ഇപ്പോഴും ജീവിച്ചിരിക്കുന്നു" എന്ന് ഞാൻ ഉത്തരം നൽകും.

65) എന്റെ ജീവിതം ഒരു ബിസിനസ്സ് അല്ല, എന്റെ പ്രവൃത്തികൾ എന്റെ ഉൽപ്പന്നങ്ങളല്ല, അതിനാൽ എനിക്ക് ജീവിക്കാൻ പരസ്യങ്ങളൊന്നും ആവശ്യമില്ല.

66) അവസരങ്ങൾ !... എല്ലാ ആളുകൾക്കും അവരുടെ ജീവിതത്തിൽ അവസരങ്ങളുണ്ടാകാറുണ്ട്, ചിലർ അവ ശരിയായി ഉപയോഗിക്കുന്നു, എന്നാൽ മറ്റുചിലർ അവ തിരിച്ചറിയാതെ പോകുന്നു, വേറെ ചിലർ അത് തിരിച്ചറിഞ്ഞിട്ടും മടിച്ചുനിൽക്കുന്നു കാരണം തീരുമാനങ്ങൾ എടുക്കുമ്പോൾ അവർ ആശയക്കുഴപ്പത്തിലാകുന്നു,. തീരുമാനങ്ങളാണ് ജീവിതം മുന്നോട്ട് നയിക്കുന്നത്. ധ്യാനിക്കുക, കാരണം, ശരിയായ സമയത്ത് ശരിയായ തീരുമാനമെടുക്കാൻ ധ്യാനം നിങ്ങളെ സഹായിക്കും. ഓർക്കുക: ധ്യാനത്തിന് മതമോ പ്രായപരിധിയോ ഇല്ല.

67) വിവരങ്ങൾ ബാഹ്യമാണ്, എന്നാൽ അനുഭവങ്ങൾ ആന്തരികമാണ്.

68) ജീവിതം അതിശയകരമാണ്, അത് ആസ്വദിക്കുക. ജീവിതം കൗതുകകരമാണ്, അത് മനസ്സിലാക്കുക. ജീവിതം നിഗൂഢമാണ്, അത് പര്യവേക്ഷണം ചെയ്യുക.

69) യാത്രകൾ ചെയ്യുന്നത് മനസ്സിന് നല്ലതാണ്, പക്ഷേ മിക്ക ആളുകളും സ്വയം ഉള്ളിലേക്ക് യാത്ര ചെയ്യാൻ മറക്കുന്നു. ലോകം മുഴുവൻ അറിഞ്ഞിട്ടും, സ്വയം ആരെന്ന് അറിയാതെ പോകുന്നു.

70) നിങ്ങളുടെ മനസ്സ് തുറക്കുക, നിങ്ങളുടെ ചിന്തകൾ നിരീക്ഷിക്കുക.

71) ഒന്നുങ്കിൽ യോഗ അല്ലെങ്കിൽ അഹങ്കാരം... നിങ്ങൾക്ക് ഇതിൽ ഒന്ന് മാത്രം തിരഞ്ഞെടുക്കാൻ സാധിക്കു.

72) യോഗയെ വളരെ ലളിതമായി ഇങ്ങനെ വിശദീകരിക്കാം: നിങ്ങളുടെ ശരീരത്തെ സ്വയം അനുഭവിക്കുക, നിങ്ങളുടെ മനസ്സിനെ അറിയുക, നിങ്ങളുടെ ആത്മാവുമായി ബന്ധപ്പെടുക.

73) നമുക്ക് ഒരു ഹൃദയമേ ഉള്ളൂ, അതില്ലെങ്കിൽ ജീവിതം അവസാനിക്കും. മനഃസാക്ഷി നമ്മുടെ ഹൃദയത്തിലാണ് വസിക്കുന്നത്. അതിനാൽ നമ്മുടെ മനഃസാക്ഷി നഷ്ടപ്പെട്ടാലും ജീവിതം അവസാനിക്കും.

74) നമുക്ക് അസന്തുഷ്ടി അനുഭവപ്പെടുന്നുണ്ടെങ്കിൽ, അത് അസംതൃപ്തി മൂലമാണ്. നമ്മുടെ നിഷേധാത്മക ചിന്തകളാണ് അതൃപ്തിക്ക് കാരണം. നമുക്ക് നെഗറ്റീവ് ചിന്തകൾ ഉണ്ടാകുന്നത് നമ്മുടെ അടഞ്ഞ മനസ്സാണ്. അടഞ്ഞ മനസ്സ് ആത്മവിശ്വാസം ഇല്ലാത്തതു കൊണ്ടാണ്. ആത്മവിശ്വാസക്കുറവ് ഭയം മൂലമാണ്. യോഗ പരിശീലിക്കുക: ഭയം ഇല്ലാതാക്കുക, സ്വയം വിശ്വസിക്കുക, തുറന്ന മനസ്സ്

ഉണ്ടാവും, നല്ല ചിന്തകൾ ഉണ്ടാവും, സംതൃപ്തിയും, സന്തോഷവും ഉള്ളവരായിരിക്കും.

75) നിങ്ങളുടെ ഏകാന്തതകളെ വെറുക്കരുത്, നിശബ്ദത ആസ്വദിക്കൂ.

76) വിനോദത്തിനായി മൃഗങ്ങളെ സ്ഥിരമായി കൂട്ടിൽ അടച്ചിട്ടു വളർത്തുന്നത് തികച്ചും മോശം കർമ്മമാണ്.

77) ഈ ലോകത്ത് നിങ്ങളുടെ നല്ല കർമ്മത്തിന് മാത്രമേ നിങ്ങളെ രക്ഷിക്കാൻ കഴിയൂ.

78) ഒരു സംസ്കാരം മൃഗങ്ങളോട് മോശമായി പെരുമാറുന്നുവെങ്കിൽ (ഞാൻ ഉദ്ദേശിച്ചത്, വിനോദത്തിനായി ഉപദ്രവിക്കുക അല്ലെങ്കിൽ കൊല്ലുക), ആ രാജ്യം മുഴുവൻ അതിന്റെ മോശം കർമ്മത്തിന്റെ ഫലം അനുഭവിക്കേണ്ടി വരും.

79) നമ്മുടെ ചിന്തകൾ പ്രകമ്പനങ്ങളാണ്. ഓരോ തവണയും നമ്മൾ ഒരെണ്ണം സൃഷ്ടിക്കുമ്പോൾ, അതിനെ സന്തുലിതമാക്കാൻ മറ്റൊരു വിപരീത പ്രകമ്പനം ജനിക്കുന്നു. അത് അറിഞ്ഞിരിക്കുക.

80) പ്രപഞ്ചവും പ്രകൃതിയും സന്തുലിതാവസ്ഥയിൽ പ്രവർത്തിക്കുന്നു, എന്നാൽ മനുഷ്യർ അവരുടെ അഹങ്കാരത്താൽ ആ സന്തുലിതാവസ്ഥ തകർത്തു. യോഗികൾ ആ സന്തുലിതാവസ്ഥ തിരിച്ചുപിടിക്കാൻ ശ്രമിക്കുന്നു. യോഗികൾ പ്രപഞ്ചത്തിന്റെ പ്രതിനിധികളാണ്. ഒരു യോഗിയെ ആരെങ്കിലും വേദനിപ്പിക്കുകയോ വഞ്ചിക്കുകയോ ചെയ്താൽ തീർച്ചയായും പ്രകൃതിയും പ്രപഞ്ചവും പ്രതികരിക്കും.

81) സ്വപ്നങ്ങൾ, ആഗ്രഹങ്ങൾ, പദ്ധതികൾ, പോസിറ്റീവ് ചിന്തകൾ എന്നിവ ഉണ്ടായിരിക്കുന്നത് നല്ലതാണ്, എന്നാൽ എല്ലാം നിങ്ങളുടെ പദ്ധതികൾക്കനുസൃതമായി നടക്കണം എന്ന ശാഠ്യമുണ്ടെങ്കിൽ, നിങ്ങൾ സമ്മർദ്ദത്തിലായേക്കാം, കാരണം ജീവിതം ഒരു വിസ്മയമാണ്.

82) നിങ്ങൾ മറ്റുള്ളവരിൽ നിന്ന് എന്തെങ്കിലും പ്രതീക്ഷിക്കുന്നുവെങ്കിൽ, ആദ്യം നിങ്ങൾ അത് അവർക്കായി ചെയ്യുന്നുവെന്ന് ഉറപ്പാക്കുക.

83) ജീവിതത്തിൽ വളരെ എളുപ്പം ചെയ്യാൻ കഴിയുന്ന ഒരു കാര്യം: മറ്റുള്ളവരുടെ കുറ്റങ്ങൾ വിളിച്ചു പറയുക, ജീവിതത്തിൽ ചെയ്യാൻ വളരെ ബുദ്ധിമുട്ടുള്ള കാര്യം: സ്വന്തം കുറ്റം മറ്റുള്ളവരുടെ മുൻപിൽ അംഗീകരിക്കുക.

84) ആളുകൾക്ക് നിങ്ങളെ പറ്റി ധാരാളം നല്ല നല്ല കാര്യങ്ങൾ പറയാനുണ്ട്, പക്ഷേ അത് ഇപ്പോഴല്ല, നിങ്ങൾ മരിച്ചു കഴിയുമ്പോൾ പറയാൻ

കരുതി വെച്ചിരിക്കുവാ. നല്ല കാര്യങ്ങൾ ഉള്ളിൽ ഒതുക്കാതെ തുറന്നു പറയുക, മറ്റുള്ളവർക്ക് അതിലൂടെ സന്തോഷം ലഭിക്കുമെങ്കിൽ, അത് ഒരു പുണ്യമല്ലേ?

85) ചിലർ ആരൊക്കെയോ ആകാൻ, എന്തൊക്കെയോ നേടാൻ പരക്കം പായുന്നു, വേറെ ചിലർ മറ്റുള്ളവർക്ക് വേണ്ടി ജീവിതം ജീവിച്ചു തീർക്കുന്നു. മറ്റു ചിലർ അർത്ഥമറിയാതെ സ്വയം നശിക്കുന്നു, ചുരുക്കം ചിലർ മാത്രം സത്യം അറിയുന്നു.

86) എങ്ങനെ വിശ്രമിക്കണമെന്ന് നമ്മൾക്ക് അറിയില്ല. മിക്കവരും വിശ്രമിക്കുമ്പോൾ ടിവി കാണുകയോ ചാറ്റ് ചെയ്യുകയോ, പുസ്തകം വായിക്കുകയോ ചെയ്യുന്നു. എന്നാൽ അതുവഴി നിങ്ങൾക്ക് നിങ്ങളുടെ ഊർജ്ജം നഷ്ടപ്പെടുന്നു. അതിനാൽ നിങ്ങളുടെ ഊർജ്ജം റീചാർജ് ചെയ്യാനുള്ള ശരിയായ മാർഗ്ഗം, കുറച്ച് മിനിറ്റ് ശവാസനത്തിൽ കിടക്കുകയോ, അല്ലെങ്കിൽ ഗാഢമായ ഉറക്കത്തിലേക്ക് കടക്കുകയോ ആണ് വേണ്ടത്.

87) തെറ്റുകൾ പൊറുക്കുന്ന ഒരു ദൈവം ഉണ്ടെന്നുള്ള വിശ്വാസം ആണ് നമ്മളെ വീണ്ടും വീണ്ടും തെറ്റുകൾ ചെയ്യാൻ പ്രേരിപ്പിക്കുന്നതാണ്, സത്യത്തിൽ ദൈവത്തിന്റെ പണി അതെല്ല, ദൈവത്തിന്റെ ജോലി... ഈ പ്രപഞ്ചത്തെ സന്തുലിതാവസ്ഥയിൽ മുന്നോട്ടു കൊണ്ട് പോകുക എന്നുള്ളതാണ്.

88) നാമെല്ലാവരും ദൈവങ്ങളാണ്, നാമെല്ലാവരും വിശുദ്ധരാണ്, നാമെല്ലാവരും പിശാചുക്കളും കൂടിയാണ്. നാം സമാധിയിലായിരിക്കുമ്പോൾ നാം ദൈവമായി തീരുന്നു, നാം നമ്മുടെ മനഃസ്സാക്ഷിയുമായി ബന്ധപ്പെട്ടു ജീവിക്കുമ്പോൾ, നാം വിശുദ്ധരാകുന്നു.

നാം നമ്മുടെ മനസ്സുമാത്രമായി (മനഃസാക്ഷി ഇല്ലാതെ) ജീവിക്കുമ്പോൾ, നമ്മൾ പിശാചുക്കൾ ആയി മാറുന്നു,

മാതാപിതാക്കൾ ശ്രദ്ധിക്കുവാൻ

വർത്തമാനകാലത്തിൽ നമ്മൾ ചെയ്യുന്ന കർമ്മങ്ങളുടെ ഫലമാകുന്നു നമ്മുടെ ഭാവി. ജീവിതത്തിലെ ഏറ്റവും വലിയ ഉത്തരവാദിത്തം എന്താണെന്ന് നിങ്ങൾ എന്നോട് ചോദിച്ചാൽ, ഞാൻ പറയും "കുട്ടികളെ വളർത്തി വലുതാക്കുന്നത്" എന്ന്. ഈ ലോകത്തിന് നല്ല ഭാവി ഉണ്ടാവണമെങ്കിൽ, നമ്മൾ ആ കർമ്മം നല്ല രീതിയിൽ ചെയ്യണം, കുട്ടികളെ നല്ല രീതിയിൽ വളർത്തണം, അതിന് നമ്മൾ ആദ്യം നല്ലതും ചീത്തയും എന്താണെന്ന് അറിഞ്ഞിരിക്കേണ്ടതാണ്. സ്വാഭാവികമായും, സമൂഹം കാണിച്ചു തരുന്നത് നമ്മൾ അനുകരിക്കുന്നു, പക്ഷേ നമ്മുടെ സമൂഹത്തിൽ നാം കാണുന്നതും കേൾക്കുന്നതും എല്ലാം നല്ലതാണെന്ന് നിങ്ങൾക്ക് ഉറപ്പാണോ?. സമൂഹം നല്ലത് എന്ന് നമ്മെ ചൂണ്ടി കാണിക്കുന്ന പല കാര്യങ്ങളും തെറ്റാകാൻ സാധ്യതയുണ്ട്, നമ്മൾ തെറ്റിദ്ധരിക്കപ്പെടാം. അതിനാൽ നാം ജാഗരൂഗരായിരിക്കണം. ഇവിടെ ഞാൻ മാതാപിതാക്കൾക്കായി ചില ആശയങ്ങൾ പങ്കുവെക്കുന്നു.

1) ആരോഗ്യകരമായ ഒരു ലോകം പടുത്തുയർത്താൻ മികച്ച ഒരു വഴി ആണ് യോഗ. അതിനാൽ ലോകത്തിലെ എല്ലാ കുട്ടികളും യോഗ പരിശീലിക്കണമെന്ന് ഞാൻ ആഗ്രഹിക്കുന്നു, എല്ലാ സ്കൂളുകളിലും യോഗ നിർബന്ധമാക്കണം (ഓർക്കുക യോഗ ഒരു ആത്മീയ പരിശീലനം ആകുന്നു, അല്ലാതെ മതപരമായ ഒന്നല്ല).

2) മാതാപിതാക്കൾക്ക് സർക്കാർ സൗജന്യ യോഗ ക്ലാസ്സുകൾ നൽകണം.

3) കൊച്ചുകുട്ടികളുടെ മുന്നിൽവച്ച് അക്രമാസക്തമായി തർക്കിക്കാതിരിക്കുക.

4) കുട്ടികളെ ക്ഷമ പഠിപ്പിക്കുക, കുട്ടികൾ ആവശ്യപെടുന്ന കാര്യങ്ങൾ (അടിയന്തിരമല്ലാത്ത), അത് ഉടനെ തന്നെ അവർക്കു ചെയ്തു കൊടുക്കാതെ, കാത്തിരിക്കാൻ പഠിപ്പിക്കുക.

5) ബന്ധങ്ങൾ ഒരു ബിസിനസ്സ് അല്ല. അതിനാൽ ബന്ധങ്ങളിൽ ലാഭവും നഷ്ടവും നോക്കാതെ അവർക്ക് മാതൃക ആകുക. ഇപ്പോൾ എല്ലാം ഒരു ബിസിനസ് ആണ്... രാഷ്ട്രീയം, മതം, ബന്ധങ്ങൾ വരെ ഇപ്പോൾ ബിസിനസ് ആണ്... അച്ഛനെയും അമ്മയെയും കൊണ്ട് മക്കൾക്ക് എന്താ 'ഗുണം'... , മക്കളെ കൊണ്ട് മാതാപിതാക്കൾക്കു എന്താ ഗുണം, കൂട്ടുകാരെ കൊണ്ട് തനിക്ക് എന്താ ഗുണം, ബന്ധു ക്കാരെയും അയൽക്കാരെയും കൊണ്ട് എന്താ ഗുണം... എന്തിനു ഏറെ പറയുന്നു, എല്ലാം അറിയുന്നവൻ എന്ന് നാം വിശ്വസിക്കുന്ന ദൈവത്തിനെ പോലും നാം ആരാധിക്കുന്നതും സ്നേഹിക്കുന്നതും നമ്മുടെ ഓരോ ആവശ്യങ്ങൾ സാധിച്ചുകിട്ടുവാൻ വേണ്ടിയെല്ലേ ... കഷ്ടം!!. ഭാരതീയ സംസ്കാരത്തിന്റെ അടിത്തറയായ ധർമ്മം കുഴിച്ചു മൂടപ്പെട്ടിരിക്കുന്നു.

6) കുട്ടികളോട് കള്ളം പറയരുത്, തമാശയ്ക്കു പോലും, കാരണം അവർക്ക് നിങ്ങളിലുള്ള ആത്മവിശ്വാസം നഷ്ടപ്പെടും. അത് കൂടാതെ മാതാപിതാക്കൾ കള്ളം പറയുന്നത് കേട്ട് വളരുന്ന ഒരു കുട്ടി തീർച്ചയായും കള്ളം പറയുന്ന ഒരു വ്യക്തിയായി മാറും, കാരണം, കള്ളം പറയുന്നത് സാധാരണമാണ്, അതിലൂടെ വിനോദം കണ്ടെത്താം എന്നുള്ള തെറ്റിദ്ധാരണ ആ കുട്ടിയിൽ വേരുറക്കും. മാതാപിതാക്കൾക്ക് കുട്ടികളോട് പറയാൻ പറ്റാത്ത കാര്യങ്ങൾ ഉണ്ടെങ്കിൽ, അവരോടു അത് പിന്നീട് ഒരു അവസരത്തിൽ അവർ വലുതാകുമ്പോൾ പറഞ്ഞു തരാം എന്ന് പറയുക, അല്ലാതെ കള്ളം പറയുകയെല്ല വേണ്ടത്. നമ്മൾ നുണ സംസ്കാരം പ്രോത്സാഹപ്പിക്കുകയെല്ല വേണ്ടത്. നേരെ മറിച്ചു, കള്ളം പറയുന്നത് വലിയ കുറ്റമാണ് എന്ന ബോധം അവരിൽ ഉണർത്തേണ്ടതാണ്. അതിലൂടെ ഭാവിയിൽ സത്യസന്ധമായ ഒരു സമൂഹം നമുക്ക് പടുത്തുയർത്താൻ സാധിക്കും.

ഒരു പക്ഷേ ഞാൻ വിഡ്ഢിത്തം പുലംബുകയാണ് എന്ന് നിങ്ങൾ കരുതിയേക്കാം. എന്നാൽ ഓർക്കുക, ഒരു ചെറിയ വൈറസിന് ലോകത്തെ മുഴുവൻ അടച്ചുപൂട്ടാമെങ്കിൽ, ഒരു ചെറിയ നുണ നമ്മുടെ ജീവിതത്തെയും ബാധിക്കും. സത്യത്തിലൂടെ നമുക്ക് ലഭിക്കുന്ന സമാധാനം, നുണകളിൽ നിന്ന് ലഭിക്കുന്ന സന്തോഷത്തേക്കാൾ ആയിരം മടങ്ങ് മികച്ചതാണ്. പതഞ്ജലിയുടെ യോഗ സൂത്രത്തിലെ യമങ്ങൾ ഓർക്കുക, യമങ്ങളിലൊന്ന് സത്യം ആകുന്നു.

ദയവായി തുറന്ന മനസോടെ നിങ്ങൾ ഒന്ന് ചിന്തിച്ച് നോക്കു, ഈ ലോകത്തിലെ സകല ഭരണാധികാരികളും, വ്യവസായികളും, ഉദ്യോഗസ്ഥരും, നമ്മൾ ഓരോരുത്തരും സത്യസന്ധമായി ജീവിക്കുകയാണെങ്കിൽ ഈ ഭൂമി ഒരു സ്വർഗമായി മാറില്ലേ?.

7) ജീവിതം ആസ്വദിക്കാൻ ഒരു പ്രത്യേക നിമിഷത്തിനായി കാത്തിരിക്കാതെ, കിട്ടുന്ന അവസരങ്ങൾ സന്തോഷക്കരമാക്കി തീർക്കുവാൻ അവരെ പഠിപ്പിക്കുക.

8 നിയമം അനുവദിച്ചിട്ടുള്ള എല്ലാ ജോലിക്കും അന്തസുണ്ടെന്നും, എല്ലാ തൊഴിലാളികളോടും ബഹുമാനപൂർവം പെരുമാറണം എന്ന് അവരെ പഠിപ്പിക്കുക.

9) നാമെല്ലാവരും ഒരു ഭൂമിയിലാണ് ജീവിക്കുന്നതെന്നും, നാമെല്ലാവരും ഒരേ ഭൂമിയുടെ മക്കളാണെന്നും എന്ന ബോധം കുട്ടികളിൽ എപ്പോഴും ഉണ്ടായിരിക്കണം. ദേശീയത നല്ലതാണ്, പക്ഷേ അത് നിയന്ത്രണാതീതമാകുമ്പോൾ വളരെ അപകടകരമാണ്.

10) യഥാർത്ഥത്തിൽ, കുട്ടികൾ നമ്മളെ അനുകരിക്കുകയാണ് ചെയ്യുന്നത്, അവർ നമ്മളിൽ നിന്ന് പഠിക്കും. കുട്ടികൾ നമ്മുടെ പ്രതിഫലനമാണെന്ന് എപ്പോഴും ഓർക്കുക. അവരുടെ മുമ്പിൽ നിങ്ങൾ സംസാരിക്കുന്നതും പ്രവർത്തിക്കുന്നതും ബോധപൂർവമായിരിക്കുവാൻ ശ്രദ്ധിക്കുക..

11) നിങ്ങളുടെ പ്രശ്നങ്ങളുടെ ഉത്തരവാദിത്യം കുട്ടികളുടെമേൽ അടിച്ചേൽപ്പിക്കരുത്, അവരോട് അനാവശ്യമായി ദേഷ്യപ്പെട്ടതോ, ശകാരിച്ചതോ കൊണ്ട് നമ്മൾ ഒന്നും നേടുവാൻ പോകുന്നില്ല, നേരെ മറിച്ച് നഷ്ടം മാത്രമേ ഉണ്ടാവൂ.

12) കുട്ടികൾക്ക് അടിസ്ഥാനപരമായി അത്യവശ്യം വേണ്ടുന്ന മൂന്ന് കാര്യങ്ങൾ: ആരോഗ്യകരമായ ഭക്ഷണം, സ്നേഹം, വിദ്യാഭ്യാസം. ബാക്കി എല്ലാം ഇച്ഛാനുസൃതമാണ്. അവർക്ക് വിദ്യാഭ്യാസവും അച്ചടക്കവും നൽകണം, പക്ഷേ, നമ്മുടെ ആജ്ഞകൾ അനുസരിക്കുന്ന ഒരു യന്ത്രമനുഷ്യനെ സൃഷ്ടിക്കരുത്.

13) കുട്ടികൾ മാതാപിതാക്കളോട് വളരെ രഹസ്യമായി പങ്കുവെക്കുന്ന അവരുടെ വ്യക്തിപരമായ കാര്യങ്ങൾ, യാതൊരു കാരണവശാലും അവരുടെ അനുവാദമില്ലാതെ മറ്റുള്ളവരുമായി പങ്കുവക്കരുത്. കാരണം, കുട്ടികൾക്ക് മാതാപിതാക്കളുടെമേൽ ഉള്ള വിശ്വാസം നഷ്ടപ്പെട്ടാൽ, പിന്നീടുള്ള ആവരുടെ ജീവിതത്തിലെ പല കാര്യങ്ങളും അവർ മാതാപിതാക്കളിൽ നിന്ന് മറച്ചുവക്കുവാനും,

അബദ്ധങ്ങളിൽ ചെന്ന് ചാടുവാനും സാധ്യതയുണ്ട്. ഉദാഹരണത്തിന്: ഒരു പത്തു വയസുള്ള കുട്ടി, തന്റെ സഹപാഠി ആയ ഒരു പെൺകുട്ടി തനിക്കു ഒരു പൂവ് സമ്മാനിച്ചു എന്ന് കരുതുക, ആ കാര്യം അവൻ വളരെ രഹസ്യമായി അമ്മയോട് പറയുന്നു, അമ്മ അത് അച്ഛനോട് പറയുന്നു, അവർ ഇത് ഒരു തമാശയായി എടുത്തു അയൽക്കാരോടും, ബന്ധുക്കളോടും ഇത് ഒരു തമാശ രീതിയിൽ പങ്കുവക്കുന്നു. അവർ പിന്നീട് കുട്ടിയെ കാണുമ്പോൾ ഇത് പറഞ്ഞു ചിരിക്കുന്നു, പക്ഷേ ആ കുട്ടിയുടെ മാനസികാവസ്ഥ എന്താകും എന്ന് ആരും ചിന്തിക്കുന്നില്ല. ആ കുട്ടിക്ക് മാതാപിതാക്കളുടെ മേലുള്ള വിശ്വാസം നഷ്ടപ്പെടുന്നു. അത് കൊണ്ട് കുട്ടികൾ നമ്മളുമായി പങ്കു വെക്കുന്ന കാര്യങ്ങൾ നിസാരമായി തള്ളി കളയാതിരിക്കുവാൻ ശ്രമിക്കുക. ഗൗരവം ഉള്ള വിഷയമാണെങ്കിൽ തീർച്ചയായും അത് മറ്റുള്ളവരുമായി പങ്കുവെക്കണം, പക്ഷേ അതിനു മുൻപ് കുട്ടിയോട് സൂചിപ്പിക്കുന്നത് നല്ലതായിരിക്കും. ഒരു തവണ കള്ളൻ എന്ന പേര് വീണാൽ അത് മാറ്റി എടുക്കാൻ കുറച്ചു ബുദ്ധിമുട്ടാണ് എന്ന് പറയും പോലെ, ഒരു വ്യക്തിയോടുള്ള നമ്മുടെ വിശ്വാസം നഷ്ടപ്പെട്ടാൽ അത് വീണ്ടെടുക്കാൻ കുറച്ചു ബുദ്ധിമുട്ടാണ്, അതുകൊണ്ട്, കുട്ടികൾക്ക് മാതാപിതാക്കളുടെ മേൽ ഉള്ള വിശ്വാസം മാതാപിതാക്കൾ തന്നെ നഷ്ടപ്പെടുത്താതെ നോക്കണം.

ഞാൻ ഒരു കാര്യം നിങ്ങളോട് പറയാൻ ആഗ്രഹിക്കുന്നു, ഞാൻ ഇവിടെ എഴുതിയതെല്ലാം ശരിയോ തെറ്റോ എന്ന് സ്വയം നിങ്ങളുടെ മനഃസാക്ഷിയോട് ചോദിക്കുക, ചിന്തിക്കുക, എന്നിട്ട് തീരുമാനിക്കുക.

എന്റെ അനുഭവങ്ങളാണ് ഞാൻ നിങ്ങളുമായി പങ്കിടുന്നത്, അത്ര മാത്രം.

കുട്ടികാലത്ത് കാരണവന്മാർ എന്നോട് പറഞ്ഞു തന്ന ഒരു ഉപദേശം ഇവിടെ കുറിക്കുന്നു... "നമ്മൾക്ക് രണ്ടു ചെവികൾ ഉള്ളത്, ഒന്നിലൂടെ കേൾക്കുക, എന്നിട്ട് ചിന്തിക്കുക, പ്രയോജനമില്ലെങ്കിൽ മറ്റേ ചെവിയിലൂടെ പുറംതള്ളുക" എന്ന്.

എപ്പോഴും ഓർക്കുക: നിങ്ങളുടെ ജീവിതം എങ്ങനെ ജീവിക്കണം എന്ന് നിങ്ങളാണ് തീരുമാനിക്കുന്നത്.

കുട്ടികളോട് പറയാനുള്ളത്

കുട്ടികളോട് എനിക്ക് പറയാനുള്ളത്, സാധാരണയായി ആളുകൾ പറയും പോലെ: "പഠിച്ച വലിയ ആളാകണം" എന്നൊന്നും ഞാൻ പറയില്ല, മറിച്ച, "പഠിച്ച നല്ല ഒരു മനുഷ്യനായി ജീവിക്കണം, മനസ്സാക്ഷി ഉള്ളവരായി വളരണം, ജീവിക്കണം". മനസ്സാക്ഷി ഉള്ളവർക്കേ യഥാർത്ഥ മനുഷ്യനാകാൻ സാധിക്കു.

അത് പോലെ തന്നെ നമ്മൾ കുട്ടികളോട് സ്ഥിരം പറയാറുള്ള ഒരു വാചകമാണ്: "പഠിച്ച വലുതായി നല്ല ജോലി ഒക്കെ നേടണം" എന്ന്. സത്യത്തിൽ നല്ല ജോലിയും, ചീത്ത ജോലിയും എന്ന വ്യത്യാസം ഉണ്ടോ?. നിയമം അനുവദിച്ചിരിക്കുന്ന എല്ലാ ജോലികളും നല്ലതാണ്. പിന്നെ ഇഷ്ടമുള്ള ജോലിയും, ഇഷ്ടമില്ലാത്ത ജോലിയും, അത് ഒരോരുത്തരുടേയും താല്പര്യം പോലെ ഇരിക്കും. നിയമം അനുവദിച്ചിരിക്കുന്ന എല്ലാ ജോലികൾക്കും മാന്യതയുണ്ട്, റോഡിൽ ചവറു കോരുന്നവരും, ഓഫീസിൽ ഫയൽ നോക്കുന്നവരും ജോലിക്കാർ തന്നെ ആണ്, അതിൽ നല്ലതും മോശവും, വലുതും ചെറുതും എന്നൊന്നില്ല. റോഡിൽ ചവറുകളും അഴുക്കു ചാലുകളും കൃത്യമായി വൃത്തിയാക്കാതിരുന്നാൽ, മഴകാലം വരുമ്പോൾ ഈ ഓഫിസിൽ ഇരുന്നു ഫയൽ നോക്കുന്നവരുടെ വീട്ടിലും ഓഫിസിലും ചെളി കയറും. ഒന്ന് ചിന്തിച്ചു നോക്കിയേ. ഇപ്പോൾ നിങ്ങൾ പറയും അങ്ങനെ എങ്കിൽ എന്തുകൊണ്ട്, റോഡിൽ ചവറു കോരുന്ന ആൾക്കും, ഓഫിസിൽ ഒരു മാനേജർക്കും വത്യസ്ഥ ശമ്പളം നല്കുന്നു എന്ന്. അതിനു കാരണം, റോഡിൽ ചവറു വാരുന്ന ആൾ തന്റെ ജോലി കഴിഞ്ഞു വീട്ടിൽ പോയി ഭക്ഷണം കഴിച്ചു സുഖമായി ഉറങ്ങുന്നു, ഒരു മാനേജർക്കു ഒരു പക്ഷേ തന്റെ ജോലി കഴിഞ്ഞു വീട്ടിൽ

ചെന്ന് സമാധാനമായി ഉറങ്ങാൻ സാധിച്ച എന്ന് വരില്ല, അയാളുടെ ഭാരിച്ച ഉത്തരവാദിത്തം ഒരു പക്ഷേ അതിനെ അനുവദിക്കുകയില്ല, അപ്പോൾ ആ ഭാരിച്ച ഉത്തരവാദിത്തത്തിനാണ് വില കൽപ്പിക്കുന്നത്. (തീർച്ചയായും വർഷങ്ങളോളം ബുദ്ധിമുട്ടി പഠിച്ച പരീക്ഷ പാസായി ട്ടാണ് എല്ലാവരും ഓരോ സ്ഥാനങ്ങളിൽ എത്തുന്നത്)

നമ്മൾ ഏതു ജോലി ചെയ്താലും, ചെയ്യുന്ന ജോലി ആത്മാർത്ഥമായി, സത്യസന്ധമായി, മനസാക്ഷിയോട് കൂടി ചെയ്യുക. പണ്ട് എവിടെയോ കേട്ട ഒരു കഥ ഓർമ്മ വരുന്നു; ഒരിടത്ത് ഒരു വയസായ അമ്മൂമ്മ ഉണ്ടായിരുന്നു, ആ അമ്മൂമ്മ തന്റെ പറമ്പിലെ മരത്തിൽ നിന്നും മാങ്ങകൾ പറിച്ച അടുത്തുള്ള കടയിൽ കൊണ്ട് കൊടുക്കുമായിരുന്നു, ആ കടക്കാരൻ ആ മാങ്ങകൾ വാങ്ങി തൂക്കി നോക്കി അതിന്റെ പണം നൽകുമായിരുന്നു, ഒരിക്കൽ ആ കടക്കാരൻ അമ്മൂമ്മയോട് ചോദിച്ചു: "നിങ്ങൾ പല തവണ സഞ്ചിയിൽ മാങ്ങകൾ കൊണ്ടുവന്നു, പക്ഷേ ഒരിക്കൽ പോലും ഞാൻ അത് തൂക്കി നോക്കുമ്പോൾ നിങ്ങൾ അത് ശ്രദ്ധിക്കുകയോ, എന്നോട് ചോദിക്കുകയോ ചെയ്തിട്ടില്ല, ഞാൻ തരുന്ന പണം നിങ്ങൾ വാങ്ങുകയാണ്, എനിക്ക് വേണമെങ്കിൽ നിങ്ങളെ പറ്റിക്കാം, തൂക്കം കുറച്ച പറയാം". അപ്പോൾ ആ അമ്മൂമ്മ പറഞ്ഞു: "നിങ്ങൾ എന്നെ പറ്റിച്ചാൽ എനിക്ക് നഷ്ടമാകുന്നത് കുറച്ച മാങ്ങകൾ മാത്രം, പക്ഷേ നിങ്ങൾക്ക് നഷ്ടമാകുന്നത് നിങ്ങളുടെ മനഃസാക്ഷിയാകു ന്നു. അത് ഈ മാങ്ങകളെകാളും എത്രയോ വിലയുള്ളതാണ്."

മറ്റൊരു പ്രധാനപ്പെട്ട വിഷയം കൗമാരക്കാരോടും യുവാക്കളോടും എനിക്ക് പറയാനുള്ളത്, പ്രണയത്തിന്റെ പേരിൽ ചെയ്യുന്ന ഓരോ അക്രമങ്ങളെ പറ്റിയാണ്. ഒരു കാര്യം നിങ്ങൾ മനസിലാക്കേണ്ടതു ണ്ട് "പ്രണയിക്കുന്ന വ്യക്തിയെ സ്വന്തമാക്കുന്നതിലല്ല കാര്യം, ആ വ്യക്തിയെ സംരക്ഷിക്കുന്നതിലാണ് മാഹാത്മ്യം. താൻ സ്നേഹിക്കുന്ന വ്യക്തിയുടെ തീരുമാനങ്ങളെ ബഹുമാനിക്കുകയും, ആവശ്യമുണ്ടെങ്കിൽ വേണ്ട സഹായങ്ങളും ചെയ്തു കൊടുക്കുന്നതിലാണ് യഥാർത്ഥ സ്നേഹം നിലകൊള്ളുന്നത്. പ്രണയം സ്വാർത്ഥതയാൽ കളങ്കപ്പെടാതെ സൂക്ഷി ക്കുക.

ഒരു സെൻ കഥ: സന്യാസിയും പൂച്ചയും

എന്നെ സംബന്ധിച്ചിടത്തോളം ഈ പുസ്തകം എഴുതുക എന്നുള്ളത് ഒഴുക്കിനെതിരെ നീന്തുന്നതുപോലെ ആയിരുന്നു, കാരണം, കുടുംബത്തോടൊപ്പം ഒരു വലിയ നഗരത്തിൽ താമസിക്കുന്നു, ഒരു നഗര ജീവിതം നയിക്കുന്നു, അതേ സമയം തന്നെ എന്റെ ആദ്ധ്യാത്മികയിലേക്കു യാത്ര ചെയ്യുക, ശരിക്കും ബുദ്ധിമുട്ടാണ്. പക്ഷേ, അത് സാധ്യമാണ്, എന്തുകൊണ്ടാണ് യോഗികൾ ഗുഹകളിലും പർവതങ്ങളിലും ജീവിക്കാൻ ഇഷ്ടപ്പെടുന്നതെന്ന് ഇപ്പോൾ എനിക്ക് മനസ്സിലായി.

നമ്മുടെ ഈ യാത്ര ഒരു കഥയിലൂടെ അവസാനിപ്പിക്കാൻ ഞാൻ ആഗ്രഹിക്കുന്നു. ഞാൻ കേട്ട സെൻ കഥകളിൽ ഏറെ ഇഷ്ടപെട്ട ഒരു കഥ നിങ്ങളുമായി പങ്കുവെക്കുന്നു.

ഒരു ആശ്രമത്തിൽ ഒരു വൃദ്ധനായ ബുദ്ധസന്യാസി ഉണ്ടായിരുന്നു. അദ്ദേഹം ആയിരുന്നു ആ ആശ്രമത്തിലെ മറ്റു സന്യാസിമാരെ നയിച്ചിരുന്നത്. ഒരു പൂച്ചയും അവിടെ താമസിച്ചിരുന്നു. സന്യാസിക്ക് പൂച്ചയെ വലിയ ഇഷ്ടമായിരുന്നു, പൂച്ച എപ്പോഴും സന്യാസിയോടൊപ്പം കളിക്കാൻ വരുമായിരുന്നു. അത് കൊണ്ട്, ധ്യാനസമയത്ത് സന്യാസി പൂച്ചയെ ഒരു കൊട്ടയ്ക്കുള്ളിൽ അടച്ചുവക്കുമായിരുന്നു. കൊട്ട മനോഹരവും വലുതും നല്ല ഭംഗിയുള്ളതും ആയിരുന്നു. ധ്യാനസമയത്ത് പൂച്ച സന്യാസിയെ ശല്യപ്പെടുത്താതിരിക്കാൻ വേണ്ടി ആണ് അദ്ദേഹം അങ്ങനെ ചെയ്തത്. ധ്യാനത്തിനുശേഷം പൂച്ചയെ തുറന്നു വിടുമായിരുന്നു. എന്നാൽ ആശ്രമത്തിലെ മറ്റുള്ളവർക്ക് ഇത് മനസ്സിലായിരുന്നില്ല.

ധ്യാനം ആരംഭിക്കുന്നതിന് മുമ്പ് പൂച്ചയെ കൊട്ടയിൽ കയറ്റുന്നത് അവർ നോക്കിനിൽക്കുമായിരുന്നു, പക്ഷേ കാരണം അവർക്കറിയില്ലായിരുന്നു. അതൊരു ആചാരമാണെന്ന് അവർ കരുതി. വർഷങ്ങൾ കടന്നുപോയി, വയോധികനായ സന്യാസി മഹാസമാധി ആയി, മറ്റൊരു സന്യാസി ആശ്രമത്തിന്റെ ചുമതലകൾ ഏറ്റെടുത്തു, മുൻ സന്യാസി ചെയ്തിരുന്ന പതിവുകളും ആചാരങ്ങളും തുടർന്നു. ധ്യാനത്തിനുമുമ്പ്, പുതിയ സന്യാസിയും പൂച്ചയെ കൊട്ടയിൽ അടച്ചുവച്ചു. അങ്ങനെ കാലങ്ങൾ കടന്നുപോയി, ഒരു ദിവസം പൂച്ച മരണമടഞ്ഞു. എന്തുചെയ്യണമെന്ന് അവർക്കറിയില്ല, ആചാരങ്ങൾ നിർത്തി, ധ്യാനം സ്തംഭിച്ചു. ആശ്രമത്തിലെ എല്ലാവരും ചോദിച്ചു, "പൂച്ചയെ കൊട്ടയിൽ അടയ്ക്കാതെ നമുക്ക് എങ്ങനെ ധ്യാനം ചെയ്യാൻ കഴിയും? അത് നമ്മുടെ മുൻ സന്യാസി പകർന്നു തന്ന ആചാരമാണ്, അതിനാൽ ഈ കൊട്ടയിൽ ഇടാൻ നമ്മൾക്ക് മറ്റൊരു പൂച്ചയെ വേണം, അല്ലാത്തപക്ഷം നമ്മൾക്ക് ധ്യാനം തുടങ്ങാൻ സാധിക്കില്ല. ഒടുവിൽ അവർ ഒരു പുതിയ പൂച്ചയെ ആശ്രമത്തിൽ കൊണ്ടുവന്നു, ധ്യാനത്തിന് മുമ്പ് കൊട്ടയിൽ അടച്ചു, അങ്ങനെ വർഷങ്ങളോളം അവരുടെ ആ ആചാരം തുടർന്നു.

ഈ കഥയുടെ ഗുണപാഠം ഞാൻ പറയാതെ തന്നെ നിങ്ങൾക്ക് മനസിലായി കാണുമെന്ന് പ്രതീഷിക്കുന്നു.

അഭിനന്ദനങ്ങൾ !!.. നിങ്ങൾ യാത്ര പൂർത്തിയാക്കിരിക്കുന്നു. നിങ്ങൾക്ക് സിദ്ധാന്തം ലഭിച്ചുകഴിഞ്ഞു ഇനി വേണ്ടത് പരിശീലനമാണ്.

ഈ പുസ്തകം നിങ്ങളുടെ പ്രിയപ്പെട്ടവർക്ക് സഹായമാകുമെന്ന് നിങ്ങൾ കരുതുന്നുവെങ്കിൽ, ദയവായി ഇത് ശുപാർശ ചെയ്യുക.

നന്ദി.